INSIGHT PUBLICA®

INSIGHT PUBLICA®

Nadakkave, Kozhikode, Kerala
Tel:0495–4020666
www.insightpublica.com
e-mail: insightpublica@gmail.com

Vayanayile Vargasamaram

(Malayalam)

Azad

First Edition : Nov 2013

ISBN–978-93-82709-69-5
Printed and Published by
InsightinPublica Printers & Publishers Pvt. Ltd.

വായനയിലെ വർഗസമരം

ആസാദ്

INSIGHT PUBLICA

1963-ൽ മലപ്പുറം ജില്ലയിൽ തേഞ്ഞിപ്പലത്തു ജനനം. തിരുത്തി എ.യു.പി സ്കൂൾ, കലിക്കറ്റ് സർവ്വകലാശാലാ ഗവ.മോഡൽ ഹൈസ്കൂൾ, ഫാറൂഖ് കോളേജ്, കോഴിക്കോട് ഗവ: ആർട്സ് & സയൻസ് കോളേജ്, കലിക്കറ്റ് സർവ്വകലാശാലാ മലയാള വിഭാഗം എന്നിവിടങ്ങളിൽ വിദ്യാഭ്യാസം. മദിരാശി സർവ്വകലാശാലയിൽനിന്ന് എംഫിലും കേരള സർവ്വകലാശാലയിൽനിന്ന് പി എച്ച് ഡിയും ലഭിച്ചു. ദേശാഭിമാനി ദിനപത്രത്തിൽ സഹപത്രാധിപരായിരുന്നു. 1995 മുതൽ മഞ്ചേരി എൻ.എസ്.എസ് കോളേജ് അദ്ധ്യാപകൻ.

പ്രതിബോധത്തിന്റെ പാഠങ്ങൾ, വായനയിലെ വർഗസമരം, വാക്കും പ്രത്യയശാസ്ത്രവും, കാറൽ മാർക്സും ഫാന്റസി പാർക്കും, ഉദാരതയുടെ ഉറവുകൾ, മാർക്സിസവും സ്വത്വ രാഷ്ട്രീയവും എന്നിവ പ്രധാന കൃതികൾ. പ്രതിബോധത്തിന്റെ പാഠങ്ങൾക്ക് തായാട്ട് അവാർഡ്. സാംസ്ക്കാരിക രാഷ്ട്രീയ രംഗങ്ങളിൽ പ്രവർത്തനം.

ഭാര്യ : ചാരുലത
മകൾ: ഗയഹദിയ
വിലാസം: ചെമ്പകം, കൊളക്കാട്ടുചാലി. പി.ഒ, മലപ്പുറം ജില്ല 673634
drazadrp@gmail.com

ആസാദ്

വായനയിലെ വർഗസമരം

കർത്താവിന്റെ മരണം (Death of the author) വിളിച്ചറിയിച്ചപ്പോൾ റൊളാങ്ങ് ബാർത്ത്, പാഠ(text)ത്തെ നിഗൂഢവൽക്കരിക്കുകയോ നിയതാർത്ഥങ്ങളിലേക്ക് വെട്ടിച്ചുരുക്കുകയോ ചെയ്യുന്ന എല്ലാ സങ്കുചിത നിരീക്ഷണങ്ങളോടും കണക്കു തീർക്കുകയായിരുന്നുവല്ലോ. ഇതു പക്ഷേ ഒരു പുതിയ സിദ്ധാന്തമല്ല. ദൈവം മരിച്ചുവെന്ന് വിളിച്ചു പറഞ്ഞ മറ്റൊരു ദാർശനികന്റെ നിഴലും മുതലാളിത്ത വിപ്ലവത്തിന്റെ സ്ഥൂലവും സൂക്ഷ്മവുമായ പരിണതികളും നിറഞ്ഞുനിന്ന യൂറോപ്യൻ അന്തരീക്ഷത്തിലാണ് ബാർത്തിന്റെ വാക്കുകൾ മുഴങ്ങിയത്. ഒളിഞ്ഞുവാഴുന്ന എല്ലാ ദൈവങ്ങളെയും തള്ളിപ്പറഞ്ഞത് മുതലാളിത്ത വിപ്ലവത്തോടെ ഉണർന്നെണീറ്റ പുതിയ വ്യക്തിയാണ്. ആ വ്യക്തിയുടെ ദൈവീകരണത്തെ തടയുന്നതും പുതിയ വ്യക്തിലോകം തന്നെയാണ്.

വാക്കുകൾ ചേർത്തു വെക്കുന്ന എഴുത്തുകാരൻ, രൂപവൽക്കരിക്കപ്പെടുന്ന ചിഹ്ന (സൂചക) വ്യൂഹത്തിന്റെ ആദ്യവായനക്കാരനായിരിക്കാം. അയാൾക്ക് പക്ഷേ, താൻ കടന്നു പോന്ന സൂക്ഷ്മാനുഭവങ്ങളിൽ പിന്തുടരുന്ന വായനക്കാരുടെ കാലൊച്ച കേൾക്കാനായെന്നുവരില്ല. കൃതി വായനക്കാരന് സഞ്ചരിക്കാനുള്ള ഒരു ഒറ്റയടിപ്പാതയല്ല. ഇതിനർത്ഥം സമസ്താനുഭവങ്ങളിലേക്കും തുറന്നിട്ട ഒരു വാങ്മയലോകമാണ് അതെന്നല്ല. കാലദേശബദ്ധമായ പൊതുബോധത്തിന്റെ യുക്തികൾക്കും നിയമങ്ങൾക്കും വിധേയമായാണ് പാഠങ്ങൾ സൃഷ്ടിക്കപ്പെടുക. പൊതുബോധത്തെ നിർണയിക്കുന്ന എല്ലാ ഘടകങ്ങളും വായനയെ

സ്വാധീനിക്കാം. നമ്മുടെ കാലത്താണെങ്കിൽ അധികാരം-വിധേയത്വം, മുതലാളി-തൊഴിലാളി, പ്രകൃതി-സംസ്കാരം, പുരുഷൻ-സ്ത്രീ തുടങ്ങിയ പൊതു ബോധത്തിലെ നിരവധി വൈരുധ്യങ്ങൾ സമകാല വായനയെ നിർണയിക്കുന്നു.

ഓരോ വാക്കും നിയതാർത്ഥങ്ങൾക്കുപ്പുറത്തേക്കുള്ള ഓരോ കുതിപ്പാണ്. പ്രതിഷ്ഠിക്കപ്പെടുന്ന സന്ദർഭമാണ് വാക്കിനെ സൂചകമാക്കുന്നത്. അർത്ഥസാധ്യതകളിലേക്കുള്ള ഓരോ വാതിലാണത്. ചിഹ്നവിന്യാസനങ്ങളുടെ ഏതു ചേരുവയും ഒരു പ്രത്യയശാസ്ത്ര വ്യവഹാരംകൂടി നിർവഹിക്കുന്നുണ്ടെന്നാണ് ഇതിനർത്ഥം. വിനോദാസ്പദങ്ങളായ വായനകൾപോലും ഈ വ്യവഹാരത്തിനകത്തായിരിക്കും.

വായനയെ നിയതാർത്ഥങ്ങളിലൂടെയുള്ള അഭ്യാസമായി വെട്ടിച്ചുരുക്കിയത് ഭാഷയുടെയും സാഹിത്യത്തിന്റെയും അധികാര കേന്ദ്രീകൃതയഘടനയാണ്. വ്യവസ്ഥയുടെ പുനരുത്പാദന അക്കാദമികളായാണ് സാഹിത്യകൃതികൾ (പ്രത്യേകിച്ചു വിമർശനം) പ്രയുക്തമായത്. ഗിരിപ്രഭാഷണങ്ങളുടെ ചോദ്യരഹിതമായ ഉദ്ബോധനങ്ങൾ ഈ അക്കാദമികളുടെ മുഖ്യരീതിയായി. പ്രതിചിന്തകളെ പ്രചാരണസാഹിത്യം എന്ന് അധിക്ഷേപിച്ചകറ്റിയ ഈ സ്ഥാപനങ്ങൾ മികച്ച പ്രചാരണ കേന്ദ്രങ്ങളായാണ് പ്രവർത്തിച്ചത്. 'നിഷ്കളങ്കവും സ്വാഭാവികവുമായ വായന'യെ താലോലിക്കുന്നവർ അധികാരസേവയുടെ വായനാദൗത്യമാണ് നിർവ്വഹിച്ചത്.

വായന ഒളിഞ്ഞിരിക്കുന്ന കർത്താവിനെത്തേടിയുള്ള യാത്രയാകുമ്പോൾ പാലിക്കപ്പെടുന്ന നിയമങ്ങൾ മിക്കവാറും ദൈവശാസ്ത്ര (Theology)ത്തിന്റേതാണ്. ഇവിടെ പാഠം കർത്താവിനെ അറിയലാകുന്നു. ജീവിതത്തിൽ ഇതിന് സമവാക്യമുണ്ട്. 'ജീവിതം കർത്താവിനെ അറിയലാകുന്നു' എന്നതാണത്. 'അന്വേഷിക്കുവിൻ കണ്ടെത്തും' എന്ന ആപ്തവാക്യംതന്നെ പ്രേരണ. കണ്ടെത്തേണ്ടത് ഒളിഞ്ഞിരിക്കുന്ന കർത്താവിനെ(ദൈവത്തെ)യാണല്ലോ.

പാഠം ——————▷ കർത്താവ്
വായന

ജീവിതം ——————▷ കർത്താവ് (ദൈവം)
അന്വേഷണം

എന്നിങ്ങനെ ഈ സമവാക്യം രേഖപ്പെടുത്താം സാഹിത്യ കൃതികളിലുടെയുള്ള ഈ ഏകമുഖയാനവും ദൈവശാസ്ത്രപാരായണമാണ്. 'ടോൾസ്റ്റോയി: റഷ്യൻ വിപ്ലവത്തിന്റെ കണ്ണാടി' എന്ന ലേഖനത്തിന്റെ പ്രസക്തി അതു ടോൾസ്റ്റോയിയെ ദൈവശാസ്ത്ര പാരായണങ്ങളിൽ നിന്നും വേർതിരിച്ചു നിർത്തുന്നു എന്നതാണ്. ലെനിൻ

നോവലിൽ കർത്താവിനെ തേടിപ്പോയില്ല. പകരം വായനയെ ഒരു പ്രത്യയശാസ്ത്ര പ്രയോഗമായി വികസിപ്പിച്ചു. എന്നാൽ ഈ ലേഖനത്തിന്റെ വായനയിലാകട്ടെ മിക്കവരും കണ്ണാടീവ്യാഖ്യാനത്തിൽ മുഴുകുകയും കർത്താവ് (ലെനിൻ) ഉദ്ദേശിച്ച അർത്ഥം പരതുകയും മാത്രമായിരുന്നു!

എഴുത്തുകാരന്റെ മനോനിലകളെ പിന്തുടരാനുള്ള ഉപാധിയായി അയാൾ രൂപവൽക്കരിച്ച ചിഹ്നവ്യൂഹത്തെ പ്രയോജനപ്പെടുത്തുന്ന സാമ്പ്രദായിക വായനയിൽ വിച്ഛേദം വരുത്തിയത് മലയാളത്തിൽ പ്രധാനമായും ജീവൽ സാഹിത്യ സംഘടനയാണ്. വായന ഒരു പ്രത്യയശാസ്ത്രപ്രയോഗ(Praxis)മായി കാണാനാരംഭിച്ചു. നിലനിന്ന പ്രതീത്യാത്മക (Impressionsitic) വായനയുമായുള്ള നിരന്തര സംഘർഷമായി പിന്നീട് സാഹിത്യത്തിന്റെ ചൈതന്യം. യാന്ത്രിക നിർബന്ധങ്ങളും യുക്തിനിരാസവുമെല്ലാം ഈ പ്രഥമഘട്ടത്തിൽ ചൂണ്ടിക്കാണിക്കാൻ സാധിച്ചേക്കും. എന്നാലത് വായനയുടെ മണ്ഡലത്തിലുണ്ടായ മഹത്തായ ഒരു വിപ്ലവത്തിന്റെ സൂര്യവെളിച്ചം മറച്ചുപിടിക്കുന്നില്ല. ഈ മാറ്റത്തിന് ഊർജ്ജസ്രോതസ്സായത് മാർക്സിസ്റ്റ് സൗന്ദര്യശാസ്ത്രത്തിന്റെ കേരളീയ പ്രയോഗമാണ്. ഇതിനു നേതൃത്വം നൽകിയ ഇ.എം.എസ്സ് നമ്പൂതിരിപ്പാടിന്റെ സൈദ്ധാന്തിക സമീപനങ്ങൾ സൂക്ഷ്മ വായനയാവശ്യപ്പെടുന്നു. തുടർന്നുള്ള ലേഖനങ്ങളിൽ ഇ.എം.എസ് ചിന്ത പഠനവിധേയമാക്കുന്നുണ്ട്.

'കന്നിക്കൊയ്ത്തി'ന്റെ അവതാരികയിൽ കുട്ടികൃഷ്ണമാരാർ എഴുതിയ ആ പ്രശസ്തമായ വാക്യം തന്നെ നോക്കൂ: ''ഈ അമ്മ ഒരു തൊഴിലാളി സ്ത്രീയോ, അതോ മുതലാളി സ്ത്രീയോ എന്ന് അന്വേഷിച്ചറിഞ്ഞിട്ടു വേണം ഈ കൃതിയിൽ പുരോഗതിയുണ്ടോ-കേരളത്തിന്റെ നവോത്ഥാനമുണ്ടോ-എന്ന് തിരിച്ചറിയാൻ എന്ന് കരുതുന്ന ഒരു സാഹിത്യകക്ഷിയുണ്ട്.!'' 'മാമ്പഴ'ത്തിലെ അമ്മയെ മുൻനിർത്തിയാണ് മാരാർ എഴുതുന്നത്. പുരോഗമന സാഹിത്യകാരന്മാരും വ്യവസ്ഥാപക്ഷ എഴുത്തുകാരും കൈക്കൊണ്ട ഏറെക്കുറെ യാന്ത്രികമായ വിശകലന പ്രവണതയും ലളിതവൽക്കരണവും തൽക്കാലം മാറ്റി നിർത്തുക. പിന്നെയും തെളിഞ്ഞുനിൽക്കുന്ന ഒരു ചിത്രമുണ്ട്. രണ്ട് വായനാപക്ഷങ്ങൾ രൂപംകൊണ്ടിരിക്കുന്നു എന്നതാണത്. തൊഴിലാളി/മുതലാളിപക്ഷ വായനകളുടെ പ്രത്യയശാസ്ത്രപരിസരങ്ങൾ വ്യവഹാരത്തിൽ ഗൗരവപൂർവ്വം കടന്നുവന്നു. ഏകമുഖ വായനയുടെ ചരിത്രം അവസാനിച്ചു എന്നുള്ള വിളംബരം കൂടിയായിരുന്നു അത്.

'നാനാജാതി മതസ്ഥരടങ്ങിയ തൊഴിലാളിവർഗത്തിന്റെ വീക്ഷണകോടിയാണ് ചണ്ഡാലഭിക്ഷുകിയിലുള്ളത്' (കേസരി 1984:240) എന്ന കാഴ്ചയും 'മാപ്പിളലഹളയുടെ മൗലികമായ സാമ്പത്തിക കാരണങ്ങളും മാപ്പിള തൊഴിലാളികളും ഹിന്ദു തൊഴിലാളികളായ തീണ്ടൽ വർഗക്കാരോടൊപ്പം മുതലാളിയിൽ നിന്ന് സങ്കടമനുഭവിച്ചിരുന്നു എന്ന

വസ്തുതയും ആശാൻ ദുരവസ്ഥയിൽ രേഖപ്പെടുത്തിക്കാണുന്നില്ല.' എന്ന വിമർശനവും എഴുതിവെക്കുമ്പോൾ കേസരി വായനയെ കേവല വ്യാവഹാരികതലത്തിൽ നിന്ന് ഉയർത്തുകയായിരുന്നു.

എഴുത്തുകാർ ഏത് ചേരിയിൽ, കല കലയ്ക്കുവേണ്ടിയോ സാമൂഹ്യപുരോഗതിക്കുവേണ്ടിയോ, രൂപമോ ഭാവമോ തുടങ്ങിയ ചർച്ചകൾ യഥാർത്ഥത്തിൽ പക്ഷം തിരിച്ചത് വായനക്കാരെയാണ്. പുരോഗമന വായനക്കാരന് താൻ നിൽക്കുന്ന പ്രത്യയശാസ്ത്രനിലമാണ് പാരായണസജ്ജമായ ഏത് ചിഹ്നവ്യൂഹത്തിന്റെയും അർത്ഥം നൽകിയത്. ഭാഷയിൽ ഒളിഞ്ഞു കിടന്ന അധികാരത്തിന്റെ പ്രച്ഛന്ന പ്രത്യയശാസ്ത്രത്തെ പുറത്തുകൊണ്ടുവന്നതും ആ വായനാ പ്രയോഗത്തിന്റെ നേട്ടമാണ്.

വായനാ വിസ്ഫോടനത്തെ തുണയ്ക്കുന്നതായി ഗദ്യ-സംസാര -ഭാഷയ്ക്ക് കൈവന്ന പ്രാധാന്യവും ഫ്യൂഡൽ രചനകളുടെ കെട്ടുകാഴ്ചകളെ അത് നിഷ്പ്രഭമാക്കി. കൃതിയുടെ ചരിത്രം എഴുത്തുകാരന്റെ ജീവചരിത്രം, രചനയുടെ ഉദ്ദേശ്യലക്ഷ്യങ്ങൾ എന്നിവ കണ്ടെത്തിയിരുന്ന മതാത്മകവായനയിൽ നിന്നും വ്യവസ്ഥാനിരാകരണത്തിന്റെ പ്രതിബോധ സ്വരൂപങ്ങളിലേക്കാണ് വായന വളർന്നത്. മുതലാളിത്ത വിപ്ലവത്തിന് തുടക്കം കുറിച്ചതോടെ മുളപൊട്ടിയ ജനാധിപത്യം, മാനവികത തുടങ്ങിയ നവീനാശയങ്ങൾ ഫ്യൂഡൽ മൂല്യസങ്കല്പങ്ങൾക്ക് തടയിട്ടു. ഗദ്യഭാഷക്കുണ്ടായ പ്രാമുഖ്യം പുതിയ സാമൂഹിക ക്രമത്തിലേക്കുള്ള എടുത്തുചാട്ടം കൂടിയായിരുന്നു. വാമൊഴി, ശീലങ്ങളെയും അധികാരത്തിന്റെ ഭാഷാഘടനയെയും മുറിച്ചുകടക്കുന്നതുമാണല്ലോ, ഭാഷാഭേദങ്ങൾക്ക് ലഭിച്ച പ്രധാന്യം ആഘാതമേല്പിച്ചത് 'ശുദ്ധഭാഷ'യുടെ മേൽക്കോയ്മക്കാണ്.

'ജീവിതത്തോടുള്ള ബന്ധം വിട്ട കാവ്യം നിർഗുണമായിത്തീരുന്നതു പോലെത്തന്നെ സംഭാഷണശൈലിയിൽ നിന്നു തുലോം വിദൂരമായ ഗദ്യം തുരുമ്പുപിടിച്ചുപോകു'മെന്ന് എം.പി. പോളിന് (കാവ്യദർശനം) അഭിപ്രായമുണ്ടായിരുന്നു. 'കടക്കാനല്ലേ പറഞ്ഞത് പുറത്ത്? എന്നു പറയേണ്ട ഘട്ടത്തിൽ,' 'ഈ ഗൃഹത്തിൽ നിന്നു ബഹിർഗമിക്കുവാൻ ഞാൻ ആജ്ഞാപിച്ചില്ലയോ?' എന്ന് വ്യാകരണ പ്രതീതിക്കു വേണ്ടി പ്രയോഗിച്ചാൽ പുറത്തുപോകണ്ടയാൾ അകത്തുനിൽക്കുകയേയുള്ളു എന്നു പോൾ എഴുതി.

ഭിന്നസംസ്കൃതികളെ മുറിച്ചുകടക്കുന്ന വായന (Cross culture reading)ക്ക് കേരളീയരെ പ്രാപ്തരാക്കിയത് നാലാപ്പാട്ടു നാരയണ മേനോനാണ്. 'പാവങ്ങ'ളും 'രതിസാമ്രാജ്യ'വും കേരളീയാനുഭവങ്ങളെയും നിരീക്ഷണ നിലകളെയും കൂടുതൽ വിപുലീകരിക്കാനുതകി. സദാചാരമാനവത (Ethical humanism)യുടെ ബോധഘടനതന്നെ പുതുക്കിപ്പണിയാൻ ഈ കൃതികൾ സഹായകമായി. അവയിൽ അവതീർ

ണമായ മനുഷ്യാവസ്ഥയുടെ സൂക്ഷ്മവും സങ്കീർണ്ണവുമായ അനുഭവങ്ങളിലൂടെ കേരളീയരെ സ്പർശിച്ചത് മാർക്സും ഫ്രോയ്ഡുമായിരുന്നു. കേരളീയബോധത്തെ ഭിന്നങ്ങളായ സാംസ്കാരിക നിലകളിലേക്ക് വിന്യസിച്ച മറ്റൊരാൾ കേസരി ബാലകൃഷ്ണപ്പിള്ളയാണ്. പ്രതീത്യാത്മക വായനയുടെ തടവുകാർക്ക് ഈ പൊള്ളുന്ന അനുഭവങ്ങൾ കയ്യേൽക്കുക വിഷമമായിരുന്നു. പതുക്കെ മാത്രം അലിഞ്ഞു കിട്ടുന്ന കേസരി തൊട്ടാൽപൊട്ടുന്ന സ്ഫോടകവസ്തുവായി കേരളീയ ബോധത്തിൽ നിലകൊണ്ടു.

മാരാർ എഴുതുന്നു:

> *"ഈയിടെ പുറപ്പെട്ട വെന്മണി-വിശേഷാൽ പ്രതിയിൽ ഒരാലങ്കാരിക ലേഖനം കണ്ടു. 'കുളിർമുലകളുരുണ്ടീല' എന്നു തുടങ്ങുന്ന പ്രസിദ്ധമായ ഒരൊറ്റ ശ്ലോകത്തിലെ നായികാവിചാരമാണത്രേ. കാവ്യത്തിന്റെ രീതികൊണ്ട് കവിയെ മനസ്സിലാക്കാം എന്ന സാഹിത്യശാസ്ത്രസിദ്ധാന്തം വെച്ചു നോക്കിയിട്ടും തനിക്ക് ആ ശ്ലോകത്തിന്റെ കവിയെ വേർതിരിച്ചറിവാൻ സാധിച്ചിട്ടില്ലെന്ന ഒരാവലാതിയും കൊണ്ടുതുടങ്ങി, സംസ്കൃതാലങ്കാരികന്മാരുടെ മുഗ്ദ്ധാപ്രൗഢാദിനായികാ വിഭജനത്തെപ്പറ്റി പല പൂർവ്വോത്തര പക്ഷങ്ങളെയും മേൽക്കുമേൽ അടുക്കിക്കൊണ്ടെഴുതിയ ഒരു ദീർഘ ലേഖനമാണത്. സംസ്കൃതാലങ്കരശാസ്ത്രത്തിന്റെ മുക്കിലും മൂലയിലുമിരുന്നുള്ള ഇത്തരം പരപ്പൻ പ്രസംഗങ്ങൾ ഇപ്പോൾ അധികം കേൾക്കാറില്ല, കാരണം, 'മലയാളസാഹിത്യം സംസ്കൃതത്തിന്റെ പിടിയിൽ നിന്നു വിട്ടുപോരിക'യാണല്ലോ, ഇതിന് പകരം, ഇന്നു പുറപ്പെടുന്ന പുതുപുസ്തകങ്ങളുടെ അവതാരികകളായിട്ടും മറ്റും, പാശ്ചാത്യ സാഹിത്യങ്ങളിലെ സിംബോളിസം, ഇംപ്രഷണിസം, ഫ്യൂച്ചറിസം, സർറിയലിസം മുതലായവയെപ്പറ്റിയുള്ള ചില പോത്തൻ പ്രസംഗങ്ങൾ വായിച്ചേ കഴിയൂ എന്നായിട്ടുമുണ്ട്. കാരണം, മലയാള സാഹിത്യം ഇപ്പോൾ പാശ്ചാത്യസാഹിത്യത്തിന്റെ പിടിയിൽപെട്ടു വരികയാണല്ലോ"*
>
> (കുട്ടികൃഷ്ണമാരാർ 1980:1)

രസവും നീരസവും നിറഞ്ഞ ഈ ഖണ്ഡിക മുണ്ടശ്ശേരിയുടെ 'കാവ്യപീഠിക'യെപ്പറ്റിയുള്ള മാരാരുടെ പുസ്തകാഭിപ്രായത്തിന്റെ തുടക്കമാണ്. അല്പം ദീർഘമായിത്തന്നെ ഈ ഭാഗം ഉദ്ധരിച്ചത് വായനയുടെ സംക്രമണഘട്ടം മാരാരനുഭവിച്ചതെങ്ങിനെ എന്ന സാക്ഷ്യം കൂടിയാണത് എന്നതിലാണ്. സംസ്കൃതത്തിന്റെ പിടിയിൽ നിന്നും പാശ്ചാത്യ സാഹിത്യത്തിന്റെ പിടിയിലേക്ക് നീങ്ങുന്നതിന്റെ വേദനയും സാഹിത്യപ്രസ്ഥാനങ്ങളെപ്പറ്റിയുള്ള പോത്തൻ പ്രസംഗങ്ങളുടെ അരോചകത്വവും തുറന്നു പറയുന്ന മാരാർ 'പതിനഞ്ചുപന്യാസങ്ങളി'ൽ മലയാള നിരൂപണത്തിൽ പുരോഗമന സാഹിത്യപ്രസ്ഥാനം വരുത്തിയ

മാറ്റം എടുത്തു പറയാൻ നിർബന്ധിതനാകുന്നുണ്ട്. എന്നു മാത്രമല്ല. 'രതിസാമ്രാജ്യം' പകർന്ന ഫ്രോയ്ഡിയൻ വെളിച്ചത്തിൽ മേഘസന്ദേശം വായിച്ച മാരാർക്ക് കേരളീയബോധത്തിൽ കൂടുതൽ തിളക്കവുമുണ്ടല്ലോ. മധുരത്തിൽ ഒളിച്ചു നൽകിയ മരുന്ന് മാരാരെ തൽക്കാലത്തേക്കെങ്കിലും മാറ്റിത്തീർത്തു.

എഴുത്തുകാരൻ വെച്ചു നീട്ടുന്നത് വാങ്ങാൻ കാത്തുനിൽക്കുന്ന ഉപഭോക്താവിന്റെ നിലയിൽ നിന്ന് വായനക്കാരൻ ഉത്പാദകന്റെ നിലയിലേക്ക് ഉയർന്നപ്പോൾ കേരളീയ പൊതുബോധത്തിൽ കൊടിനാട്ടിയത് വർഗപക്ഷ വായനയാണ്. ഫ്യൂഡൽ മൂല്യസങ്കല്പങ്ങളിൽ നിന്ന് പിടഞ്ഞുമാറി

പാവങ്ങൾ തൻ പ്രാണമരുന്നുവേണം

പാപപ്രഭുക്കൾക്കിഹ പങ്കവീശാൻ

(വെടികൊണ്ട പക്ഷി)

എന്ന് വള്ളത്തോൾ പോലും എഴുതി. 'കയർപണിയും സോദരിമാരുടെ ദുഃഖ' വും (ചികിരിക്കുഴികൾ - ഇടശ്ശേരി) 'വിത്തനാഥന്റെ ബേബിക്കു പാലും നിർധനച്ചെറുക്കനുമിനീരും നൽകുന്നത്, ഈശ്വരേച്ഛയല്ലെ'ന്ന(ചങ്ങമ്പുഴ) കാഴ്ചയും നിറഞ്ഞ കവിതകൾ മലയാളത്തിലുണ്ടായി. നാടകം, കഥ, നോവൽ തുടങ്ങിയ സാഹിത്യശാഖകളിലും കേരളീയ ജീവിതത്തിന്റെ മുഖ്യവൈരുദ്ധ്യങ്ങൾ നിറഞ്ഞുനിന്നു. അറുപതുകൾ വരെയുള്ള കേരളീയ പൊതുബോധത്തിൽ തൊഴിലാളിപക്ഷ പാരായണത്തിനായിരുന്നു പ്രാമുഖ്യം.

-1994

ആധുനികോത്തരതയുടെ സാഹിത്യ രാഷ്ട്രീയം

ഭാഷ കളിക്കുകയോ കളിപ്പിക്കുകയോ ചെയ്യുന്നു എന്നത് ഇന്നത്തെ സാമാന്യമായ ഒരു വായനാനുഭവമാണ്. വർത്തമാനപത്രങ്ങൾ മുതൽ സാഹിത്യവിമർശനം വരെ ഇത്തരം നേരമ്പോക്കുകളായി മാറുന്നുണ്ട്. അടിസ്ഥാനയുക്തിയെത്തന്നെ നിരാകരിക്കുന്ന വഴുക്കൻ വാക്യങ്ങൾ അതിനെതന്നെ യുക്തിയാക്കി മാറ്റുന്നു. കളിസിദ്ധാന്തങ്ങളുടെ വിഭ്രമങ്ങളിൽ കൈമോശം വന്നത് കീഴാളപക്ഷ വായനയുടെ നിശിത പ്രയോഗങ്ങളാണ്. ഭാഷ മാത്രമായിത്തീരുന്ന ഭാഷാരചന, 'ശുദ്ധവും നഗ്നവുമായ ഭാഷ' തുടങ്ങിയ വായനാവിഭ്രമങ്ങൾ ആധുനികോത്തരത (Post modernism) യുടെ അടയാളങ്ങളായി ആഘോഷിക്കപ്പെടുന്നുണ്ട്. ഇവിടെ സ്വാതന്ത്ര്യത്തെക്കുറിച്ചുള്ള ഒരു മിത്ഥ്യയാണ് രൂപപ്പെടുന്നതെന്ന് അറിയണമെങ്കിൽ ഈ സങ്കല്പനങ്ങളിൽ സൂചിതമാകുന്ന പ്രത്യയശാസ്ത്രവും അതിന്റെ സൂചിതമായ ചരിത്രവും അന്വേഷിക്കണം. സാഹിത്യരാഷ്ട്രീയ (Literary politics) ത്തെ സംബന്ധിച്ച ഗൗരവപൂർവ്വമായ ഒരു വിചാരം കൂടിയായിരിക്കും അത്.

ബൃഹദാഖ്യാനവും കൃതികളുടെ അഗാധഘടനയും നിരാകരിക്കുന്ന ആധുനികോത്തരതയുടെ പ്രയോഗനിലം, 'കല കലയ്ക്കുവേണ്ടി' എന്ന പഴയ വാദത്തിന്റേതു പോലെയുള്ള ആശയവാദമണ്ഡലവും പങ്കുവെക്കുന്നുണ്ട്. ജീവിതത്തിന്റെ പച്ചയിൽ നിന്ന് വെട്ടിമാറ്റപ്പെടുന്ന ഉന്മാദം, ഉത്പത്തിയോ അടിസ്ഥാനയുക്തിയോ അവഗണിക്കൽ, മാറ്റിവെക്കപ്പെടുന്ന അർത്ഥങ്ങളുടെ ഉത്സവം എന്നിവയെല്ലാം ഭാഷയെ അധികാ

രരാഷ്ട്രീയത്തിന്റെ ദൗത്യനിർവ്വഹണത്തിന് തുണയ്ക്കുന്നുണ്ട്.

വർഗവൈരുധ്യമല്ല, ജനങ്ങളും അധികാരവും തമ്മിലുള്ള വൈരുധ്യമാണ് സാംസ്കാരിക ധ്രുവീകരണത്തിന് ഇടയാക്കുന്നതെന്ന ചില മാധ്യമ ഗവേഷകരുടെ (ഉദാ. ജോൺ ഫിസ്കെ) അഭിപ്രായം നമുക്ക് സ്വീകരിക്കാനാവില്ല. കാരണം, വർഗസമരത്തിന്റെ മൂർത്ത സാഹചര്യം നിലനിൽക്കുന്നു എന്നതുതന്നെ. അതിനു കീഴിൽവെച്ചേ അധികാര/വിധേയ ബന്ധം പരിശോധിക്കാനാവൂ. കേരളത്തിന്റെ സമീപ ഭൂതകാല ചരിത്രം - വിശേഷിച്ചും ഈ നൂറ്റാണ്ട് - വർഗപരമായ ജാഗരണത്തിന്റേതാണ്. ആ വർഗപരതയുടെ ആഴങ്ങളിൽ വേരുകളാഴ്ത്തിയുള്ള സാംസ്കാരിക- രാഷ്ട്രീയാന്തരീക്ഷമാണ് കേരളത്തിന്റേത്. അതിനാൽ ഉപരിഘടനയിൽ വ്യാപരിക്കുന്ന ആധുനികോത്തര പ്രവണതകളെ വർഗപരമായ വിശകലനത്തിനു വിധേയമാക്കാനുള്ള സവിശേഷ ബോധത്തിനു കേരളീയനു ബാഹ്യപ്രേരണകളൊന്നും ആവശ്യമില്ല.

ഇത്തരം വിശകലനങ്ങളുടെ സാഹിത്യ രൂപങ്ങൾക്ക് ഇവിടെ രാഷ്ട്രീയ സാഹിത്യം എന്ന വിളിപ്പേര് വീണിട്ടുണ്ട്. വ്യവസ്ഥാവിരുദ്ധ രാഷ്ട്രീയത്തെ രാഷ്ട്രീയമെന്നു വിളിക്കുകയും സാഹിത്യ വ്യവസ്ഥയുടെ രാഷ്ട്രീയത്തെ വിശുദ്ധപ്പെടുത്തുകയും ചെയ്തത് ശുദ്ധകലാവാദികളാണ്. മതാത്മകമായ അന്തരീക്ഷത്തിൽ നിന്നു കുടിയിറക്കപ്പെട്ട ബോധരൂപങ്ങളെല്ലാം രാഷ്ട്രീയമായ അന്തരീക്ഷത്തിൽ പുനഃസ്ഥാപിക്കപ്പെടുകയുണ്ടായല്ലോ. സാഹിത്യവും രാഷ്ട്രീയ വ്യവസ്ഥയുടെ ബോധരൂപമാകയാൽ സാഹിത്യരാഷ്ട്രീയം എന്ന നിലയ്ക്കാണ് അത് പൂർണ്ണമാകുന്നത്. വെറുതെ ഉച്ചരിക്കുന്ന വാക്കിനുപോലും ഈ രാഷ്ട്രീയ മണ്ഡലത്തിൽനിന്ന് ഒഴിഞ്ഞുമാറാനാവില്ല.'എഴുത്തുകാരൻ ഏതു ചേരിയിൽ?' എന്ന പഴയ ചോദ്യം ഇന്നു നാം ചോദിക്കുന്നില്ല. എന്തെന്നാൽ രചനകളുടെ നിലയും നിലപാടും സൂക്ഷ്മമായി അടയാളപ്പെടുത്താനാവും വിധം വികസിച്ച സാഹിത്യ സമീപനം നമുക്കുണ്ട്. രചനകളുടെ ഘടനാവിശകലത്തിലൂടെയും അപനിർമ്മാണത്തിലുടെയും പ്രത്യയശാസ്ത്രപാരായണത്തിലൂടെയും ഉള്ളിലിരിപ്പ് വെളിവാക്കാൻ പറ്റും. മൂർച്ചയേറിയ ആയുധത്തോടൊപ്പം മാർക്സിസ്റ്റ്-ലെനിനിസ്റ്റ് സൗന്ദര്യശാസ്ത്രവും മാർക്സിസ്റ്റ് വിമർശകൻ പ്രയോജനപ്പെടുത്തുന്നു. എഴുത്തുകാരന്റെ ചേരി ഏതായാലും എഴുത്തിന്റെ സ്വഭാവമെന്തെന്ന് അയാൾ വിളിച്ചു പറയുന്നു. കൃതിയുടെ അപഗ്രഥനത്തിൽ അധികാര-ജ്ഞാനബന്ധത്തിന്റെ സവിശേഷതകളും വെളിപ്പെടുന്നു. സാഹിത്യബാഹ്യമെന്ന് പലരും തെറ്റിദ്ധരിച്ചിട്ടുള്ള ഈ പുതിയ മണ്ഡലമാണ് സാഹിത്യരാഷ്ട്രീയത്തിന്റെ തട്ടകം. വിമർശകൻ രൂപീകരിക്കുന്ന പാഠം അനന്തമായ പാഠ സാധ്യതകളിൽ ഒന്നു മാത്രമാണെന്നു വാദിക്കാം,. ശരിയാണ്. എന്നാൽ കേരളീയമായ മുഖ്യവായനാ പ്രവണതകളിലൊന്നിന്റെ ഫലപ്രാപ്തിയാണത്. കേരളീയ പൊതുബോധത്തിനകത്തെ മുഖ്യപ്രതി ബോധസ്വരൂപം തൊഴിലാളിവർഗ

പാരായണത്തിന്റേതുതന്നെയാണ്.

അധികാര- ജ്ഞാനബന്ധങ്ങൾ അത്യന്തം സങ്കീർണമാകുന്ന വർത്തമാനഘട്ടം, വർഗാസ്പദങ്ങളുടെ സൂക്ഷ്മങ്ങളിലേക്ക്, അഗാധ യാഥാർത്ഥ്യ (Deep reality) ങ്ങളിലേക്ക് ഉണരാൻ നമ്മുടെ അന്വേഷണത്വരയെ നിർബന്ധിക്കുന്നുണ്ട്. ഉദാത്ത/അധമ കലകളുടെ ഭേദങ്ങളില്ലാതാകുന്ന പുതിയ പോപ്പുലർ ഹ്യൂമനിസം കേരളീയ ജീവിതത്തിനു മുകൾത്തട്ടിൽ അതിവേഗം പരക്കുന്നുണ്ട്. വിജ്ഞാനവിസ്ഫോടനത്തിന്റെ സാങ്കേതികാടിസ്ഥാനങ്ങൾക്കുണ്ടായ പ്രചാരം ജീവിതത്തെ കീഴ്മേൽ മറിക്കുകയുമാണ്. വേഗ, ഭോഗങ്ങളുടെ മത്സരങ്ങളിൽ വൈരുധ്യതീക്ഷ്ണമായ പൊതുബോധമാണ് സാഹിത്യരാഷ്ട്രീയത്തെ നിർണയിക്കുന്നത്. ശുദ്ധകലാവാദിക്കുപോലും രചന ഈ പ്രശ്ന മണ്ഡലത്തിന്റെ ആവിഷ്ക്കാരമാണ്. അപൂർവ്വങ്ങളും വിസ്ഫോടനങ്ങളുമായ നവീനാനുഭവങ്ങൾ ആവിഷ്കരിക്കാൻ സ്വീകരിക്കുന്ന അധിഭാഷ (Meta language) യിൽപ്പോലും ആഴത്തിൽ അനുഭവങ്ങളുടെ വിഭ്രമങ്ങളും വൈരുധ്യങ്ങളും അടയാളപ്പെട്ടിരിക്കും. ഇടഞ്ഞു നിൽക്കുന്ന അധികാരത്തിന്റെ വർഗനിലകളെ ചികഞ്ഞുചെല്ലുന്നവർക്ക് അതുകണ്ടെത്തുക പ്രയാസമാവില്ല.

സാഹിത്യ വിമർശകന്റെയും സാംസ്കാരിക പ്രവർത്തകന്റെയും ചുമതല ഭാരിച്ചതാവുകയാണ്. അധികാരവിരുദ്ധവും വിപ്ലവകരവുമായി രൂപികരിക്കപ്പെട്ടിട്ടുള്ള കേരളീയ പ്രതിബോധത്തിന്റെ ആൾരൂപങ്ങളാകാനുള്ള ബാധ്യത അവർക്കുണ്ട്. മാർക്സിസ്റ്റ് സൗന്ദര്യശാസ്ത്രത്തിന്റെ കേരളീയാനുഭവങ്ങളും പാഠങ്ങളും തന്നെയാണ് ഇതിന് ഊർജ്ജം പകരുക. സാഹിത്യരാഷ്ട്രീയം ഇന്ന് വികസിത മുതലാളിത്തത്തിന്റെ പൊതുമണ്ഡലം തന്നെയാണെന്നും വിമർശനം രാഷ്ട്രീയവും പ്രത്യയശാസ്ത്രപരവുമായ ചരിത്രത്തിന്റെ ഭാഗമാണെന്നും തിരിച്ചറിഞ്ഞുകൊണ്ടുള്ള ഇടപെടലാണ് വൈരുധ്യാത്മക വിമർശനത്തെ ശക്തിപ്പെടുത്തുക. റയ്മണ്ട്, വില്യംസ്, ടെറി ഈഗിൾടൻ, പിയറിമെഷറെ, എഡ്വാർഡ് സെയ്ദ് തുടങ്ങിയവരുടെ സംഭാവനകൾ ശക്തമായ പിൻബലം നൽകുന്നുമുണ്ട്.

ദൗർഭാഗ്യവശാൽ, അധികാരത്തിന്റെ സ്വർണവല പലർക്കും അഭിമാനകരമായിത്തീർന്നിട്ടുണ്ട്. അടിത്തറയെത്തന്നെ മാറ്റിമറിക്കുന്ന ഉപരിസമരത്തിന്റെ ഊർജമാണ് കീഴാളപക്ഷ സൗന്ദര്യശാസ്ത്രത്തിന്റെ സത്തയെന്നത് വിസ്മരിക്കപ്പെടുന്നു. മത ആചാരങ്ങളും അനുഷ്ഠാനങ്ങളും ജീവിതത്തിലും മതാത്മകാന്തരീക്ഷം സാഹിത്യത്തിലും തിരിച്ചുവരുന്നുണ്ട്. മൃതഭാഷയായ സംസ്കൃതത്തിന്റെ സ്വാധീനം വർധിക്കുന്നു. 'ആദി ശങ്കരനെയും കാൾമാക്സിനെയും ഒന്നിച്ചു പരിഗണിക്കാവുന്ന അദ്വൈതം പുരോഗമന പക്ഷക്കാർതന്നെ ശീലിക്കുകയാണ്. ഈ ഭൂതബാധ, സമീപനങ്ങളിലെ ഉദാരതയായി പലപ്പോഴും തെറ്റിദ്ധരിക്കപ്പെടുന്നുണ്ട്.

ഇങ്ങനെ മൃതഭാഷയിലേക്കോ അധിഭാഷയിലേക്കോ ഉള്ള തിരഞ്ഞു പോക്കായി ബോധരൂപങ്ങളുടെ സ്വാതന്ത്ര്യാസ്തിത്വമെന്ന പ്രഹേളിക പ്രവർത്തന നിരതമാണ്. ഭാഷയും സാഹിത്യവും സാമൂഹികോൽപ്പന്ന മാണെന്ന അടിസ്ഥാന ധാരണ ഉപേക്ഷിക്കപ്പെടുന്നു. ഇത് സാഹിത്യ രാഷ്ട്രീയത്തിലെ റിവിഷനിസവും തീവ്രവാദവുമായി രൂക്ഷമായ വിചാരം കാത്തിരിക്കുന്നുണ്ട്. ഭൗതികോൽപ്പന്നമാണ് സാങ്കേതികമായ അസ്തിത്വത്തെ നിർണയിക്കുക,. ചരിത്രവികാസത്തിന്റെ ഊർജ്ജപ്രഭാവം വർഗസമരമാണ് എന്നീ മുഖ്യ ആശയങ്ങളിൽ വീട്ടുവീഴ്ച കൂടാതെയും രാഷ്ട്രീയ വിപ്ലവത്തിന്റെ സൈദ്ധാന്തികവും പ്രായോഗികവുമായ വശങ്ങളോടു പ്രതിബദ്ധത പുലർത്തിയുമാണ് വിമർശകർ ഈ സന്ദിഗ്ദ്ധാവസ്ഥ മറികടക്കേണ്ടതെന്ന് ടെറി ഈഗിൾടൻ (Eagleton 1986) അഭിപ്രായപ്പെടുന്നു. കടുത്ത പ്രതിസന്ധിയിലും വൈരുദ്ധ്യാത്മക വിമർശനത്തെ യൂറോ ചിന്തയുടെ കേന്ദ്രത്തിൽ നിലനിർത്തിയ ഈഗിൾടന്റെയും ഇതര മാർക്സിസ്റ്റ് വിമർശകരുടെയും ചിന്തകൾ പ്രതിബോധ സാഹിത്യങ്ങൾക്ക് ശക്തമായ അടിത്തറയാണ്.

രണ്ട്

''കഴിഞ്ഞ മുപ്പതു വർഷത്തിനുള്ളിൽ മാർക്സിസവും മാർക്സിസ്റ്റ് സാഹിത്യ സിദ്ധാന്തവും മരിച്ചുകഴിഞ്ഞു. വ്യത്യസ്ത രോഗങ്ങളാണ് അവയെ കീഴടക്കിയത്. മാർക്സിസത്തിന്റെ പ്രധാനഭാഗമായ സാമ്പത്തിക സിദ്ധാന്തം അശാസ്ത്രീയവും അവാസ്തവവുമാണെന്നു തെളിഞ്ഞു. മാർക്സിസ്റ്റ് സാഹിത്യ സാംസ്കാരിക സിദ്ധാന്തങ്ങളാകട്ടെ, ആധുനികോത്തരതയുടെ രംഗപ്രവേശനത്തോടെ ബുദ്ധിജീവികൾക്ക് അസ്വീകാര്യവുമായി'' (Jackson) എന്നിങ്ങനെ, പ്രത്യയശാസ്ത്രത്തിന്റെ അന്ത്യം മാർക്സിസത്തിന്റെ കാലഹരണം, ചരിത്രത്തിന്റെ അവസാനം തുടങ്ങിയ ബുർഷ്വാ വെളിപാടുകളുടെ പിടച്ചിലുകൾ ഇപ്പോഴും തുടരുകയാണ്.

യഥാർത്ഥത്തിൽ ബൽസാക്കിനെക്കുറിച്ചുള്ള മാർക്സിന്റെയും ടോൾസ്റ്റോയിയെക്കുറിച്ചുള്ള ലെനിന്റെയും പഠനങ്ങളിൽ വായനയെ സംബന്ധിച്ച ആധുനികോത്തര നിരീക്ഷണങ്ങളുടെ അസംസ്കൃത മുഖമുണ്ട്. മതാത്മകമായ അർത്ഥശാഠ്യങ്ങളിൽ നിന്നും പാഠത്തെ വിമോചിപ്പിക്കാനുള്ള ആദിമ ശ്രമങ്ങളാണ് മാർക്സ്, എംഗൽസ്, ലെനിൻ എന്നിവർ നടത്തിയത്. യാന്ത്രികയുഗത്തിലെ കലയെക്കുറിച്ചെഴുതിയ വാൾട്ടർ ബൻഞ്ചമിനും ഈ പ്രശ്നം സജീവമായി പരിഗണിക്കുന്നുണ്ട്. എല്ലാ സാഹിത്യ കൃതികളും എല്ലാ കാലത്തും ഒരേ പോലെ വായിക്കാനാവുമെന്ന ധാരണ അദ്ദേഹം നിരാകരിക്കുന്നുണ്ട്. നൂറ്റാണ്ടുകളായി ഇരുളിലാണ്ടു കിടന്ന രചന ഏതെങ്കിലുമൊരു ചരിത്ര സന്ദർഭത്തിൽ ദീപ്തമായേക്കാമെന്നും അദ്ദേഹമെഴുതി. വർഗമുദ്രകളോടെ അതതു വർഗത്തിലെ വ്യക്തികൾക്കിടയിൽ പങ്കുവെക്കപ്പെടുന്ന സവിശേഷ മനോഘടനയുടെ സൃഷ്ടികളാണ് - അല്ലാതെ വ്യക്തിപ്രതിഭയല്ല- രച

നകളെന്ന ഗോൾഡ്മാന്റെ അഭിപ്രായം ശ്രദ്ധേയമാണ്.

ഭാഷാശാസ്ത്രവും മനഃശ്ശാസ്ത്രവും ഉൾപ്പെടെയുള്ള വൈജ്ഞാനിക ശിക്ഷണങ്ങളെ ഇരുപതാംനൂറ്റാണ്ടിൽ പുതിയ ചക്രവാളങ്ങളിലേക്ക് വികസിപ്പിച്ചത് സാമൂഹിക രാഷ്ട്രീയ ശാസ്ത്രങ്ങളിലെയും പ്രയോഗ മണ്ഡലത്തിലെയും പ്രത്യേകതകളാണ്. അതിനാകട്ടെ മുഖ്യ അടിസ്ഥാനം വൈരുദ്ധ്യാത്മകവും ചരിത്രപരവുമായ ഭൗതികവാദവുമാണ്. ആധുനികോത്തര ചിന്ത ശുദ്ധവും സ്വതന്ത്രവുമായ അസ്തിത്വം പ്രഖ്യാപിക്കുകയും സാമൂഹികേതരമായ സാഹിത്യ നിയമങ്ങൾക്കു മാത്രം വിധേയമാകുകയും ചെയ്യുമ്പോൾ, ശുദ്ധകലാവാദികൾക്കൊപ്പം ആശയവാദത്തിന്റെ മാത്രം മണ്ഡലത്തിൽ അകപ്പെടുകയാണ്. അത്യന്തം രാഷ്ട്രീയമായ പ്രയോഗസാധ്യതകളുള്ള മണ്ഡലമാണ് ഘടനാവാദം, അപനിർമ്മാണം എന്നിവയെല്ലാമടങ്ങിയ ആധുനികോത്തരത. അതിനു മുഖ്യകാരണം അവ രൂപപ്പെട്ട സാഹിത്യ രാഷ്ട്രീയം വ്യവസ്ഥാ വിരുദ്ധ കലാപങ്ങളുടെതായാണ്.

ആധുനിക വിമർശനം അതിന്റെ സാമൂഹിക കർത്തവ്യങ്ങളിൽ നിന്ന് അകലുകയും അതുവഴി വിമർശനത്തിന്റെ പാരമ്പര്യത്തെത്തന്നെ വഞ്ചിക്കുകയുമാണ് ചെയ്തിരിക്കുന്നതെന്ന് ടെറി ഈഗിൾടൻ (Eagleton 1984) കുറ്റപ്പെടുത്തുന്നു. ഭരണകൂടത്തിനെതിരായ സമരത്തിൽ നിന്നും രൂപപ്പെട്ട വിമർശനം, ഭരണകൂടത്തിനും പൗരസമൂഹത്തിനും ഇടയിൽ നിൽക്കുന്ന അക്കാദമിക പദവിയിലേക്ക് മാറ്റിസ്ഥാപിക്കപ്പെട്ടിരിക്കുന്നുവെന്നും അദ്ദേഹം ചൂണ്ടിക്കാണിക്കുന്നു. ആധുനികോത്തര ചിന്തകളെ അപ്പാടെ നിരാകരിക്കാനല്ല ആശയവാദ പ്രവണതകളിൽ നിന്ന് അതിനെ മോചിപ്പിക്കാനാണ് ഈഗിൾടൻ ശ്രമിക്കുന്നത്. മധ്യവർഗാഭിരുചികളും താൽപ്പര്യങ്ങളും വസ്തുതാഖ്യാനത്തെ അവഗണിക്കുന്ന പെറ്റി ബൂർഷ്വാ സ്വഭാവവും മാറ്റേണ്ടതുണ്ടെന്ന് അദ്ദേഹം ഓർമ്മപ്പെടുത്തുന്നു.

രചനകളുടെ രൂപ-ഭാവ-പ്രത്യയശാസ്ത്രങ്ങളുടെ മേൽത്തട്ടിലും ആഴത്തിലുമുള്ള ഘടനകൾ (Surface structure and deep structure) കണ്ടെടുക്കുന്നതോടൊപ്പം അവയുടെ ചരിത്രപരതയും വൈരുധ്യാത്മകതയും തിരിച്ചറിയാനുള്ള വിശകലനം കൂടി അനിവാര്യമാകുന്നു. പ്രത്യേകിച്ചും സാംസ്കാരികാധിനിവേശവും ആധിപത്യവും സാമ്രാജ്യത്വതന്ത്രങ്ങളുടെ ഭാഗമായി നിർവ്വഹിക്കപ്പെടുന്ന ഇക്കാലത്ത് കീഴാളപക്ഷ പാരായണം മേൽക്കൈ നേടേണ്ടതുണ്ട്. ഈ യാഥാർത്ഥ്യത്തിലേക്ക് ഉണരുകയും സാംസ്കാരിക പഠനങ്ങൾക്ക് നേതൃത്വം നൽകുകയും ചെയ്തവരാണ് റെയ്മണ്ട് വില്യംസും മെഷറെയും ഈഗിൾടനും ജയിംസണും സെയ്ദുമെല്ലാം. ബോധരൂപങ്ങളെല്ലാം ഉൾപ്പെടുന്ന സാംസ്കാരിക പഠനത്തിന്റെ മേഖലയിലേക്ക് വൈരുധ്യാത്മകവും ചരിത്രപരവുമായ ഭൗതികവാദത്തിന്റെ സമീപനം വ്യാപിപ്പിക്കുകയാണ് റയ്മണ്ട് വില്യംസ് ചെയ്തത്. സാംസ്കാരിക ഭൗതികവാദത്തിന്റേതായ

സവിശേഷ പഠനരീതി അദ്ദേഹം രൂപീകരിച്ചു. ഈ സമീപനങ്ങൾക്ക് കരുത്തു പകർന്നുകൊണ്ട് അൽത്തുസറിന്റെയും അന്തോണിയോ ഗ്രാം ഷിയുടെയും ചിന്തകൾ മാർക്സിസ്റ്റ് സാഹിത്യ വിമർശനത്തെ വിപുലമായ സാംസ്കാരിക വിശകലനത്തിന്റെ ദൗത്യം കൊണ്ടുകൂടി സമ്പന്നമാക്കി. ബോധരൂപങ്ങളെ കീഴ്പ്പെടുത്തുന്ന പ്രത്യയശാസ്ത്ര മർദ്ദനോപാധി (ISA) കളുടെ പ്രയോഗരീതികൾ വിമർശകേന്ദ്രമായി.

വിപുലമായ അർത്ഥത്തിൽ സാംസ്കാരിക വ്യവസായത്തിനും സാമ്രാജ്യത്വത്തിനും എതിരായും മതനിരപേക്ഷവും തൊഴിലാളി പക്ഷപരവുമായ നിലപാടുകളിൽ ഉറച്ചുനിന്നും വൈരുധ്യാത്മക വിമർശനം ആർജ്ജിച്ച വികാസം എതിരാളികളെ പ്രകോപിപ്പിച്ചു. 'സാഹിത്യ സംവർഗത്തെത്തന്നെ നിരാകരിക്കുന്ന പോസ്റ്റ്- മാർക്സിസ്റ്റ് ചിന്തയുടെ ഭാഗമാണിത്' എന്ന അഭിപ്രായം ഉയരുകയുണ്ടായി. ബോധപ്രരൂപങ്ങളുടെ പൊതു രാഷ്ട്രീയ മണ്ഡലത്തിൽ നിന്നും പൊതു സാംസ്കാരിക മണ്ഡലത്തിൽ നിന്നും വെട്ടി മാറ്റിക്കൊണ്ട് സാഹിത്യ (രാഷ്ട്രീയ) ത്തിന്റെ തട്ടകം നിലനിൽക്കുന്നില്ലെന്ന യാഥാർത്ഥ്യം അംഗീകരിക്കുക മാത്രമാണ് മാർക്സിസ്റ്റുകാർ ചെയ്തത്. 'ബുദ്ധിജീവികൾ രാഷ്ട്രീയ സംസ്കാരവും ആർജിക്കണ'മെന്ന് ടെറി ഈഗിൾടനും (Eagleton 1990) എഡ്വാർഡ് സെയ്ദും (Said 1991) ഏറെക്കുറെ ഓരേ ശബ്ദത്തിൽ ആവശ്യപ്പെടുന്നത് ഈ അർത്ഥത്തിലാണ്. പുസ്തക നിരൂപണവും സാഹിത്യ പത്ര പ്രവർത്തനവും (Literary Journalism) അക്കാദമിക സാഹിത്യചരിത്രപഠനം, സാഹിത്യ പഠനവും വ്യാഖ്യാനവും, സാഹിത്യ സിദ്ധാന്തം എന്നിങ്ങനെ നിലനിൽക്കുന്ന പ്രധാനപ്പെട്ട നാലു സാഹിത്യവിമർശന രീതികളെ പരിചയപ്പെടുത്തുന്ന സെയ്ദ്, ഇവയുടെ പരിമിതികൾ മറികടക്കാനുള്ള പുതിയ ശ്രമങ്ങൾക്കാണ് ഊന്നൽ നൽകുന്നത്. സാംസ്കാരികാധിനിവേശത്തിന്റെയും അധീശത്വത്തിന്റെയും പ്രയോഗ കൗശലങ്ങളെ ചെറുത്തുനിൽക്കുന്ന പ്രതി വ്യവഹാരത്തിന്റെ മണ്ഡലമായി സാഹിത്യവിമർശനം മാറണമെന്നാണ് (Said 1991) അദ്ദേഹം പറയുന്നത്. വിപുലമായ സാംസ്കാരിക പഠനത്തിന്റെ ഭാഗമായി കലയെയും സാഹിത്യത്തെയും കാണണമെന്ന മാർക്സിസ്റ്റ് നിലപാട് സിദ്ധാന്ത (The Theory) പഠനത്തിന്റെ ശക്തമായ അന്തർധാരയാണ്. ഇതു തിരിച്ചറിയാതെയുള്ള ശുദ്ധ സാഹിത്യപാരായണങ്ങൾ അപൂർണ്ണവും ആശയവാദനിഷ്ഠവുമായിരിക്കും.

1996

വായനയിലെ വർഗസമരവും ഇ എം എസ് ചിന്തയും

ചരിത്രപരതയിൽ നിന്നു മുറിച്ചുമാറ്റപ്പെടുന്നു എന്നതാണ് കേരളീയവായനയുടെ മുഖ്യ പ്രതിസന്ധി. അമിതമായ ഭൂതബാധയും ആവേശകരമായ വിപ്ലവവാഭിമുഖ്യവും ഒന്നിച്ചു പ്രകടിപ്പിക്കാവുന്ന വിധം ഉദാരമാവുകയാണ് കേരളീയ പൊതുബോധം. ആധുനികോത്തരതയുടെ 'ശുദ്ധലീല' കൾക്കു അവിടെ എളുപ്പം പ്രവേശനം ലഭിക്കുന്നു. ഇതിനെതിരായ കീഴാളപക്ഷപരവും മതനിരപേക്ഷവും കേരളീയ സംസ്കാരബദ്ധവുമായ പ്രതിരോധമൊരുക്കാൻ ഈ ശതകത്തിൽ കേരളീയ വായനയിൽ ശക്തമായിരുന്ന പ്രതിവ്യവഹാരങ്ങളെ ഉണർത്തിയെടുക്കുകയേ വേണ്ടൂ. ഈ അന്വേഷണത്തിന്റെ ധാതുകേന്ദ്രമാവുക മാർക്സിസ്റ്റ് സൗന്ദര്യശാസ്ത്രത്തിന്റെ കേരളീയാനുഭവങ്ങളാണ്. മാർക്സിസ്റ്റ് ലെനിനിസ്റ്റ് കാഴ്ചപ്പാട് ഉയർത്തിപ്പിടിക്കുകയും ഉപരിമണ്ഡലത്തിലെ വർഗസമരത്തിന് നേതൃത്വം നൽകുകയും ചെയ്ത കേരളീയ പ്രതിബോധത്തിന്റെ സൈദ്ധാന്തികാടിസ്ഥാനം പ്രധാനമായും ഇ.എം.എസ് ചിന്തയാണ്. കേരളീയ വായനയുടെ വർത്തമാനം അറിയാനുള്ള ശ്രമം സ്വാഭാവികമായും നമ്മെ ഇ.എം.എസ് ചിന്തയിലേക്ക് നയിക്കുന്നു.

ഇ.എം.എസ് ചിന്ത സ്വയം പൂർണ്ണമാണെന്നോ വിമർശനാതീതമാണെന്നോ കരുതേണ്ടതില്ല. വൈരുദ്ധ്യാത്മക വിമർശനത്തിന്റെ വികാസത്തിന്, സൈദ്ധാന്തിക രംഗത്തെ വർഗസമരത്തിന് മാർക്സി

സ്റ്റുകാർ ഊന്നൽ നൽകണം. അത്തരം ഇടപെടലുകൾ വഴിയേ ഇ.എം.എസ് ചിന്തയെ വളർത്താനും പുഷ്ടിപ്പെടുത്താനും കഴിയൂ. എല്ലാ അധിനിവേശ സാംസ്കാരിക-രാഷ്ട്രീയ മൂല്യങ്ങൾക്കുമെതിരെ കേരളീയമായ പ്രതിരോധത്തിന്റെ പ്രത്യയശാസ്ത്രം കൂടിയാണത് എന്ന തിരിച്ചറിവുണ്ടാകലാണ് ഏറ്റവും പ്രധാനം.

സാഹിത്യത്തിന്റെ പരിശുദ്ധി രാഷ്ട്രീയ സാമൂഹിക ഇടപെടലുകളിൽ കളങ്കപ്പെട്ടുകൂടാ എന്നാഗ്രഹിക്കുന്നവർപോലും സമകാല സാഹിത്യ ചർച്ചയുടെ കേന്ദ്രത്തിൽ ഇ.എം.എസ് ചിന്തയെ പരിഗണിക്കുന്നു. ആറുപതിറ്റാണ്ടുകാലമായി കേരളീയ പൊതുബോധത്തിൽ നടക്കുന്ന വർഗസമരത്തിന്റെ അനുഭവസാക്ഷ്യമാണത്. ഇ.എം.എസിനെ വേർതിരിച്ച് ആക്രമിക്കുന്നവർ പോലും ചെന്നുമുട്ടി വീഴുന്നത് ഈ ചിന്തക്കു മുന്നിലാണ്. മാർക്സിസ്റ്റ് സൗന്ദര്യ ശാസ്ത്രത്തെ എതിർക്കാൻ അതിന്റെ കേരളീയ പാഠങ്ങളെയാണ് അഥവാ ഇ.എം.എസ് ചിന്തയെയാണ് കീഴ്പ്പെടുത്തേണ്ടതെന്ന അറിവ് ബൂർഷ്വാ എഴുത്തുകാരും പ്രസിദ്ധീകരണങ്ങളും കൈവരിച്ചിട്ടുണ്ട്. അതുകൊണ്ടാണ് ഗുപ്തൻനായർ പ്രഭൃതികളും മനോരമ പ്രസിദ്ധീകരണങ്ങളും തുടർച്ചയായി ഇ.എം.എസിനെ ആക്രമിച്ചുകൊണ്ടിരിക്കുന്നത്. അദ്ദേഹത്തിന്റെ വാക്യങ്ങൾ വളച്ചൊടിച്ചും മൗനം വ്യാഖ്യാനിച്ചും ചിലരൊക്കെ തൃപ്തരാവുന്നുമുണ്ട്. തെറ്റു തിരുത്തലുകൾ വലിയ പരാജയങ്ങളായാണ് ചിത്രീകരിക്കപ്പെടുന്നത്. യഥാർത്ഥത്തിൽ പരാജയപ്പെട്ട വ്യക്തിയുടെ മുഖമല്ല പരാജയപ്പെട്ടുകൂടാത്ത ഒരു സൗന്ദര്യശാസ്ത്രത്തിന്റെ ദൗർബ്ബല്യങ്ങൾ പരിഹരിച്ചു ശക്തമാകുന്ന മുഖമാണ് ഓരോ തെറ്റുതിരുത്തുമ്പോഴും ഇ.എം.എസ് പ്രകടമാക്കുന്നത്.

കേരളീയ വായനയിൽ ഇ.എം.എസ് രംഗപ്രവേശം ചെയ്യുന്നതിനു മുമ്പുതന്നെ ദൈവശാസ്ത്രപരമായ രീതിശാസ്ത്രങ്ങളോടുള്ള പോരാട്ടം തുടങ്ങിക്കഴിഞ്ഞിരുന്നു. ചന്തുമേനോനും കുമാരനാശാനും ഈ പോരാട്ടത്തിന്റെ സർഗവീര്യം ആവിഷ്കരിച്ചവരാണ്. വായനയുടെ അനുഷ്ഠാനപരത കൈവെടിഞ്ഞ് ശാസ്ത്രീയമായ നവീന ദിശാബോധം പകരം വെക്കാൻ സി.പി.അച്യുതമേനോനും എ.ആർ. രാജരാജ വർമ്മയും നടത്തിയ ധീരമായ ശ്രമങ്ങളും പുതിയ വഴി അടയാളപ്പെടുത്തിയിരുന്നു.

> *''സംസ്കൃത കവികളോ പണ്ടുണ്ടായിരുന്ന ഭാഷാകവികളോ പറഞ്ഞതുതന്നെ പ്രാസം മുതലായ ശബ്ദാലങ്കാരങ്ങളോടുകൂടെ പിന്നേയും പിന്നേയും പറഞ്ഞു കൃതകൃത്യന്മാരാകുന്നതല്ലാതെ, പുതിയതായി എന്തെങ്കിലും പ്രയോഗിക്കുന്നതിനുള്ള മനോധർമ്മവും ധൈര്യവും അവർക്ക് (ഭാഷാകവികൾക്ക്) വളരെ കുറവായിട്ടാണ് കാണുന്നത്.''*

എന്ന് സി.പി. അച്യുതമേനോൻ കഴിഞ്ഞ നൂറ്റാണ്ടിന്റെ ഒടുവിൽ തന്നെ കണ്ടെത്തുന്നുണ്ട്. ദൈവശാസ്ത്രബദ്ധമായ വായനയുടെ ഏകമുഖ

യാനത്തിനെതിരായ നിശിതമായ നിലപാടാണല്ലോ ഇത്. പിൽക്കാലത്ത് പ്രാസവാദം, രൂപഭദ്രതാവാദം തുടങ്ങിയ (ബൂർഷ്വാ) സാഹിത്യ സംവാദങ്ങളുടെ പ്രാഗ് രൂപവും സി.പി.യുടെ വാക്യങ്ങളിൽ കാണാം.

> *"അലംകൃതമായ വൈരൂപ്യത്തെക്കാൾ ശ്രേഷ്ഠമല്ലേ അനലംകൃതമായ സൗന്ദര്യം! അതുപോലെ കവിതക്ക് രണ്ടും വളരെ ആവശ്യമാണെങ്കിലും അർത്ഥ ഭംഗി കുറവും ശബ്ദ ഭംഗി അധികവുമായ ശ്ലോകത്തെക്കാൾ ശ്രേഷ്ഠമായി ശബ്ദ ഭംഗി കുറവും അർത്ഥഭംഗി അധികവുമായ ശ്ലോകത്തെയാണ് വിചാരിക്കേണ്ടത്."*

എന്ന നിരീക്ഷണം സി.പി.യെ ശുദ്ധസൗന്ദര്യവാദികളിൽ നിന്നും വേർതിരിച്ചു നിർത്തുന്നു. വായനയിലുണ്ടായ ജനാധിപത്യ വിപ്ലവത്തിന് ഉൾക്കാഴ്ചയാർന്ന നേതൃത്വം നൽകാൻ സി.പി മാത്രമല്ല ഏ.ആർ രാജരാജവർമ്മയും മുൻ നിരയിലുണ്ടായിരുന്നു. ജനാധിപത്യ രാഷ്ട്രീയത്തിന്റെ നവീന ഘട്ടത്തിലേക്കു കടന്ന കേരളീയ കാവ്യാവബോധം, ഉണർന്നു തുടങ്ങിയ മുതലാളിത്ത പൊതു മണ്ഡലത്തിന്റെ ബോധവും ബോധനരീതികളും അടുത്തറിയുകയായിരുന്നു.

ജനാധിപത്യരാഷ്ട്രീയത്തിന്റെ മൂല്യവ്യവസ്ഥ ഉൾക്കൊള്ളുകയും അതിൽത്തന്നെ പ്രതിപക്ഷ വ്യാവഹാരിക മണ്ഡലം രൂപപ്പെടുത്തുകയും ചെയ്ത വിമർശകനാണ് കേസരി എ. ബാലകൃഷ്ണപിള്ള. പാരീസ് കമ്യൂണിനെത്തുടർന്നുണ്ടായ ഫ്രാൻസിലെ വിജ്ഞാന വിസ്ഫോടനങ്ങളുടെ വെളിച്ചവും സ്വാധീനവും കേസരിയിൽ ശക്തമായിരുന്നു. ജ്ഞാനസിദ്ധാന്തങ്ങളുടെ അന്തർവിദ്യാപരമായ ബന്ധങ്ങളിൽ ഊന്നി വായനയെയും വിമർശനത്തെയും അദ്ദേഹം വിപ്ലവകരമായ പ്രയോഗ (Practice)മാക്കി വളർത്തി.

സി.പി. അച്യുതമേനോനും എ.ആർ. രാജരാജവർമ്മയും ശാസ്ത്രാവബോധത്തോടെ നവീകരിച്ചതും കേസരി എ ബാലകൃഷ്ണപിള്ള സമരോന്മുഖമായ പ്രയോഗമാക്കി വികസിപ്പിച്ചതുമായ മലയാള വിമർശനത്തെ ചിരിത്രപരവും വൈരുധ്യാത്മകവുമായ മണ്ഡലങ്ങളിലേക്ക് വളർത്തിയത് മുഖ്യമായും ഇ.എം.എസ്സാണ്. കേരളീയ വായന പുരോഗമനപരമായ രാഷ്ട്രീയ പ്രയോഗമായി. 'ജീവൽ സാഹിത്യവും സൗന്ദര്യബോധവും' (1937) എന്ന ലേഖനവും 'കേരളം: മലയാളികളുടെ മാതൃഭൂമി' (1948) എന്ന ഗ്രന്ഥവും സവിശേഷ ശ്രദ്ധ ആവശ്യപ്പെടുന്നു. ഒരു വ്യാഴവട്ടക്കാലയളവിന്റെ രണ്ടറ്റങ്ങളിലായാണ് ഈ രചനകൾ നിൽക്കുന്നത്. ഇവയ്ക്കിടയിലുള്ള കാലം മലയാളത്തിൽ വൈരുദ്ധ്യാത്മക വിമർശനത്തിന്റെയും മാർക്സിസ്റ്റ് സൗന്ദര്യശാസ്ത്രത്തിന്റെയും കേരളീയമാതൃകക്കുള്ള അന്വേഷണത്തിന്റേതാണ്. ജനാധിപത്യ രാഷ്ട്രീയത്തിന്റെ പൊതു മണ്ഡലത്തിൽ പ്രത്യക്ഷപ്പെട്ട വിമർശനരീതികളിൽ വർഗസമരത്തിന്റെ കേരളീയാനുഭവങ്ങളിലധിഷ്ഠിതമായ പാരായ

ണഭേദം മുദ്രിതമായി. ഇത് മാർക്സിസ്റ്റ് ലെനിനിസ്റ്റ് സൗന്ദര്യശാസ്ത്രത്തിന്റെ കേരളീയ പ്രയോഗ (Praxis)ത്തിന് അടിത്തറയായി മാറി. ഈ നൂറ്റാണ്ടിന്റെ കേരളീയ പൊതുബോധത്തിലും ജീവിതത്തിലും നടന്ന വർഗസമരത്തിന്റെ സൂക്ഷ്മങ്ങൾ തൊട്ടറിയാൻ മാത്രമല്ല മിക്കതിനും നേതൃത്വം നൽകാനും കഴിഞ്ഞ ഇ.എംഎസിന്റെ രേഖാസാക്ഷ്യങ്ങൾ മാർക്സിസ്റ്റ് ലെനിനിസ്റ്റ് സൗന്ദര്യശാസ്ത്രത്തിനു ലഭിച്ച വിലപ്പെട്ടരേഖയാണ്.

'ഓരോ കാലത്തെയും സാഹിത്യം അന്നന്നത്തെ സംസ്കാരം, ആ കാലത്തെ സമൂഹത്തിൽ ആർക്കു പ്രാമാണ്യമുണ്ടോ അവരുടെ സാഹിത്യമാണ്, സംസ്കാരമാണ്' എന്ന മാർക്സ് എംഗൽസ് നിരീക്ഷണം മുതൽ 'വിപ്ലവവർഗം രാഷ്ട്രീയാധികാരം അവസാനിപ്പിക്കുക മാത്രമല്ല സാംസ്കാരികാധീശത്വം മാറ്റുകയും ചെയ്യും. ആ വിജയം അടയാളപ്പെടുത്തുന്നത് അധീശത്വം പുലർത്തിയിരുന്ന രാഷ്ട്രീയ, സൈനിക, ജുഡീഷ്യൽ ശക്തികളെ മാറ്റിയെടുത്തുകൊണ്ടും മതം, തത്വശാസ്ത്രം, കല, ധാർമികത, ഭാഷ എന്നിവയുടെ നിയമങ്ങളെ വെല്ലുവിളിച്ചുകൊണ്ടുമാണ്.' എന്ന ഗ്രാംഷിയൻ ആശയം വരെ ഇ.എം.എസ് ചിന്തയുടെ അന്തർധാരയായിട്ടുണ്ട്. മുതലാളിത്തപൂർവ്വ സാഹിത്യത്തിൽ നിന്നും ഭിന്നമായി സാഹിത്യ രാഷ്ട്രീയത്തിന്റെ പൊതുമണ്ഡലം രൂപികരിക്കപ്പെട്ടതോടെ പ്രത്യയശാസ്ത്രമർദ്ദന രംഗത്തുണ്ടായ പരിണതികൾ അൽത്തൂസറിന്റെയോ ഗ്രാംഷിയുടെയോ ചിന്തകളുമായി പരിചയപ്പെടുന്നതിനു മുമ്പുതന്നെ പ്രായോഗികരംഗത്ത് ഇ.എം.എസ് അനുഭവിച്ചറിഞ്ഞിരുന്നു.

വർഗപക്ഷവായനയുടെ മാതൃകയായി പരിഗണിക്കാൻ വിഷമമാണെങ്കിലും 'ജീവൽ സാഹിത്യവും സൗന്ദര്യബോധവും' എന്ന ലേഖനത്തിൽ അടിത്തറ (Base)- ഉപരിഘടന (Super structure)വൈരുദ്ധ്യത്തിന്റെ പരാമർശം കാണാം. ''പരിസരങ്ങളിൽ നിന്നകന്ന് കലാനിർമ്മാണം ചെയ്യുക എന്നത് സമുദായത്തിൽ നിന്നകന്ന് ജീവിക്കുക എന്നതുപോലെ അസംബന്ധവും അസംഭവ്യവുമാണ്.'' എന്നത് അടിസ്ഥാനപരമായി ശരിയാണ്. പക്ഷെ, അടിത്തറ ഉപരിഘടന ബന്ധത്തിന്റെ ലളിതസൂത്രമായാണ് ഇത് പരിണമിച്ചത്. പരിസരത്തിന്റെ പ്രത്യക്ഷ സാക്ഷ്യമാകണം കല എന്നു തെറ്റിദ്ധരിക്കപ്പെട്ടു. ജീവിതത്തിന്റെ പരിക്കുകൾ കലയിൽ എളുപ്പം കാണണം എന്ന ശാഠ്യമായിത്തീർന്നു ഇത്. യഥാർത്ഥത്തിൽ വിമർശകന്റെ കൃത്യം, കല പരിസരത്തെ എങ്ങനെ സ്വാംശീകരിച്ചുവെന്ന സങ്കീർണമായ ചോദ്യത്തിന് ഉത്തരം കണ്ടെത്തുകയാണ്. അതിന് പ്രത്യയശാസ്ത്രത്തിന്റെ തീർച്ചയും ആയുധത്തിന്റെ (സമീപനത്തിന്റെ) മൂർച്ചയും ആർജ്ജിക്കാൻ പിന്നെയും വൈകി.

''പുരോഗമനത്തിനുവേണ്ടി സൗന്ദര്യബോധത്തെ തിരസ്

കരിക്കണമെന്നല്ല ജീവൽ സാഹിത്യകാരൻ പറയുന്നത്, കലാപരമായ സൗന്ദര്യത്തെ അയാൾ അനാദരിക്കുന്നുമില്ല, എന്നാൽ സൗന്ദര്യത്തിന്റെ പേരിൽ യാഥാസ്ഥിതികത്വത്തെ ആരാധിക്കരുതെന്ന് അയാൾ നിഷ്കർഷിക്കും. എത്ര സുന്ദരമായതാണെങ്കിലും, പഴമ പുരണ്ട കലയെ അയാൾ എതിർക്കുകതന്നെ ചെയ്യും. ലോകത്തെ പുറകോട്ട് നയിക്കുന്ന സാഹിത്യത്തോട് അയാൾക്ക് യാതൊരു ദയയുമില്ല, വളർന്നു വരുന്ന മനുഷ്യന്റെ ആശയാഗ്രഹങ്ങളെ പ്രതിനിധീകരിക്കുന്ന സാഹിത്യത്തിന്റെ നേരെ. സാഹിത്യം സാഹിത്യത്തിനു വേണ്ടി എന്ന വാദം വലിച്ചെറിയുന്നവരുടെ നേരെ അയാൾക്ക് വലിയ ബഹുമാനമില്ല.''

(ഇ.എം.എസ് 1974 : 23)

എന്നും സൗന്ദര്യബോധം ജീവൽ സാഹിത്യകാരന്റെ മേൽ കളങ്കമാവുകയില്ല എന്നും ജീവൽ സാഹിത്യ സംഘടനയുടെ മാനിഫെസ്റ്റോ കൂടിയാണ് ഇ.എം.എസ് പ്രഖ്യാപിച്ചത്. കേരളത്തിൽ ഉണർന്നു തുടങ്ങിയ കീഴാള ജീവിതത്തിന് ശബ്ദദാർഢ്യം നൽകാനും ഇത് പ്രയോജനപ്പെട്ടു. ബൂർഷ്വാമാനവതയുടെ മുഖ്യവൈരുദ്ധ്യമായ പുരോഗമന/യാഥാസ്ഥിതിക ദ്വന്ദ്വമാണ് ഇവിടെയും പ്രത്യക്ഷപ്പെടുന്നത്. വളർന്നു വരുന്ന മനുഷ്യരുടെ ആശയാഗ്രഹങ്ങളെക്കുറിച്ചുള്ള സൂചനയിലും ജനാധിപത്യ രാഷ്ട്രീയത്തിന്റെ പൊതുമണ്ഡലം തന്നെയാണുള്ളത്. ഒരു പക്ഷെ, പത്തുവർഷത്തിനു ശേഷമാണിത് എഴുതുന്നതെങ്കിൽ മനുഷ്യർ എന്നതിനു പകരം തൊഴിലാളി വർഗം എന്നായിരിക്കും അദ്ദേഹം ഉപയോഗിക്കുക. ബൂർഷ്വാമാനവതയും മാതാത്മകതയും തമ്മിലുള്ള വൈരുദ്ധ്യത്തിലല്ല തൊഴിലാളി വർഗമാനവതയും ബൂർഷ്വാമാനവതയും തമ്മിലുള്ള വൈരുദ്ധ്യത്തിലാവും ഊന്നുക എന്നർത്ഥം. 'കേരളം: മലയാളികളുടെ മാതൃഭൂമി' എന്ന രചനയിൽ ഈ മാറ്റം പ്രകടമാണ്. 'ആദ്യലേഖനം എഴുതുമ്പോൾ താൻ ഇടതുപക്ഷ രാഷ്ട്രീയക്കാരൻ മാത്രമായിരുന്നുവെന്നും 'കേരളം' എഴുതുമ്പോൾ മാർക്സിസ്റ്റു-ലെനിനിസ്റ്റായി വളർന്നു കഴിഞ്ഞിരുന്നുവെന്നും ഇ.എം.എസ് മാർക്സിസവും സാഹിത്യസംവാദവും എന്ന സമാഹാരത്തിലെ ലേഖനത്തിൽ ചൂണ്ടിക്കാണിച്ചിട്ടുണ്ട്. മാത്രമല്ല, 'അർത്ഥഭംഗി കുറവും ശബ്ദഭംഗി അധികവുമായ ശ്ലോകത്തെക്കാൾ ശ്രേഷ്ഠമായി ശബ്ദഭംഗികുറവും അർത്ഥഭംഗി അധികവുമായ ശ്ലോകത്തെയാണ് വിചാരിക്കേണ്ടത്.' എന്ന സി. പി. അച്യുതമേനോന്റെ അഭിപ്രായം വിപുലീകരിക്കുകയായിരുന്നു ഇ.എം.എസ് ചെയ്തതെന്ന് പ്രത്യക്ഷവായനയിൽ തന്നെ സ്പഷ്ടമാകും

ഭാഷയുടെ പ്രത്യേകതകൊണ്ടും 'ജീവൽ സാഹിത്യവും സൗന്ദര്യബോധവും' എന്ന ലേഖനം ശ്രദ്ധേയമാണ്. 'ഇന്നത്തെ മലയാള സാഹിത്യത്തിൽ എന്തോ പിടിപ്പുകേടുണ്ടെന്നതിനു - കേരളീയരുടെ സാംസ്കാരികമായ ആവശ്യങ്ങളെ നിർവ്വഹിക്കാൻ അതിനു കഴിവി

ല്ലെന്നതിനു – കഴിഞ്ഞ രണ്ടുമൂന്നു മാസത്തിനുള്ളിൽ ജീവൽ സാഹിത്യ പ്രസ്ഥാനത്തിനു കിട്ടിയ സ്വീകരണം പ്രത്യക്ഷമായ തെളിവാണ്' (ഇ.എം.എസ് 1974 :19) എന്നിങ്ങനെയാണ് ലേഖനം തുടങ്ങുന്നത്. രണ്ടു പ്രത്യേകതകൾ ശ്രദ്ധേയമാണ്. ഒന്ന്: വാക്യം വാമൊഴിയുടെ ഘടനയിലാണ് നിബന്ധിച്ചിരിക്കുന്നത്. വാമൊഴിയുടെ അമിത പ്രാധാന്യത്തെ – ബോധപൂർവ്വമാണെങ്കിലും അല്ലെങ്കിലും – എതിർക്കുകവഴി വ്യവസ്ഥയെയാണ് മുറിപ്പെടുത്തിയിരിക്കുന്നത്. വരമൊഴിയുടെ സംസ്കൃതശീലങ്ങൾ ശീലിച്ച കാവ്യാവബോധത്തിന് ഇത് കനത്ത ആഘാതം സൃഷ്ടിക്കും. രണ്ട്; പിടിപ്പുകേടു തുടങ്ങിയ ഗ്രാമ്യ പദങ്ങളുടെ ഉപയോഗം. ലേഖനത്തിൽ കലാനിർമ്മാണം ചെയ്യൽ. പരുക്കൻരീതി, പരിസരത്തെ ചിത്രീകരിക്കൽ, സാമ്രാജ്യ ശക്തികൾ, അടിപണിയുക, ഫാസിസം, സാമ്രാജ്യത്വം, നാടുവാഴി, പ്രഭുത്വം, സോഷ്യലിസം, പുരോഗതിയുടെ സന്ദേശം, പഴമപുരണ്ട കല, ചൂഷണം, വിപ്ലവം, പുരോഗമനം എന്നിങ്ങനെയുള്ള പദപ്രയോഗങ്ങളും കാണാം. സാഹിത്യ നിരൂപണത്തിൽ ഇതു പുതിയൊരു അനുഭവമായിരുന്നു. സാമ്പ്രദായിക വായനയിൽ വിക്ഷോഭമുണർത്തിയ ഈ രീതിഭേദം പുതിയൊരു സൗന്ദര്യപക്ഷത്തിന്റെ മുന്നറിയിപ്പായിരുന്നു.

ഭാഷ വർഗാതീതമാണെന്നാണല്ലോ മാർക്സിസ്റ്റ്- ലെനിനിസ്റ്റ് തത്വം. മനുഷ്യസമൂഹത്തിനൊപ്പം രൂപപ്പെടുകയും ദേശീയ സംസ്കാരത്തിന്റെ സത്ത സ്വാംശീകരിക്കുകയും ചെയ്യുന്ന ഭാഷകൾ 'ഉപരിഘടന'യുടെ ഭാഗമേയല്ലെന്ന് സ്റ്റാലിനും (മാർക്സിസവും ഭാഷാശാസ്ത്രവും) വ്യക്തമാക്കുന്നുണ്ട്. എന്നാൽ ഓരോ പ്രത്യേക കാലത്തും അതതു കാലത്തെ ഉത്പാദനബന്ധങ്ങൾ, അധികാരവ്യവസ്ഥ എന്നിവയേൽപ്പിക്കുന്ന സവിശേഷ ഘടനയിലാണ് ഭാഷ വാർന്നു വീഴുന്നത്. ലിപികൾക്കൊപ്പം പദങ്ങളും പദചേരുവുകളും അർത്ഥോൽപ്പാദന രീതികളും ചേർന്നതാണല്ലോ അത്. അധികാരബദ്ധവും വർഗപരവുമായ സ്വാധീനങ്ങളിൽ നിന്ന് ഭാഷയും വിമുക്തമാകുന്നില്ല. വർഗ വിഭജിതസമൂഹത്തിൽ മറ്റനവധി ഭാഷാഭേദങ്ങൾപോലെ 'വർഗഭാഷ'യും യാഥാർത്ഥ്യമാണ്. വാക്കുകളുടെ സാംസ്കാരികാടിത്തറയും ശീലഭേദങ്ങളും തിരിച്ചറിയുകയും റിവൈവലിസ്റ്റ് പ്രവണതകളെ പ്രതിരോധിക്കുകയും ചെയ്യാൻ മാർക്സിസ്റ്റുകാർ പ്രതിബദ്ധരാണ്. നമ്മുടെ പല പണ്ഡിതരും മറന്നു പോകുന്ന ഈ യാഥാർത്ഥ്യം ഇ.എം.എസ്സ് ഗൗരവപൂർവ്വം കണക്കിലെടുത്തിട്ടുണ്ട്. ഇങ്ങനെ ആശയരൂപീകരണത്തിനും ആവിഷ്കാരത്തിനും അദ്ദേഹം നടത്തിയിട്ടുള്ള ആന്തരിക സമരം ഒരു പക്ഷെ. അദ്ദേഹത്തിന്റെ ബാഹ്യസമരങ്ങളെക്കാൾ തീക്ഷ്ണങ്ങളായിരുന്നിരിക്കണം. തൊഴിലാളി വർഗവൽക്കരിക്കാൻ ഇതര വർഗത്തിൽ പിറന്ന ഒരാൾ നേരിടേണ്ടിവരുന്ന ആന്തരിക വിപ്ലവത്തിന് ഈ അനുഭവം നിദർശനമാണ്. നീണ്ട കാലത്തെ വേദപഠനമോ സവർണയാഥാസ്ഥിതിക പാരമ്പര്യമോ പതിച്ച

മുദ്രകളെയെല്ലാം നിശ്ശേഷം അദ്ദേഹം അതിജീവിച്ചിട്ടുണ്ട്. നമ്മുടെ പല സമകാല മാർക്സിസ്റ്റ് എഴുത്തുകാർക്കും ഭാഷയുടെ ഈ ചതി നിലം മറികടക്കാൻ പറ്റിയിട്ടില്ല. അടിത്തറ- ഉപരിഘടന ബന്ധത്തിന്റെ സ്വഭാവം സംബന്ധിച്ച യാന്ത്രിക ധാരണയിൽ നിന്നും ഇ.എം.എസ് വളരെ വേഗം മോചിതനാകുന്നുണ്ട്.

> *''മനുഷ്യമനസ്സ്, അതിന്റെ സൃഷ്ടിയായ ആശയം, ഭൗതിക ജീവിതത്തിന്റെ - സാമ്പത്തിക സ്ഥിതിയുടെയും ആതിനെ പ്രതിഫലിപ്പിക്കുന്ന വർഗസമരത്തിന്റെയും സന്തതിയാണ്. പക്ഷെ, സഹസ്രാബ്ദങ്ങളിലൂടെയുള്ള വളർച്ചയിൽനിന്നുണ്ടായ മനുഷ്യമനസ്സ്, അതിൽ രൂപപ്പെടുന്ന ആശയം സൃഷ്ടിക്കപ്പെട്ടു കഴിഞ്ഞാൽ പരിമിതമായ തോതിൽ സ്വതന്ത്രമായ നിലനിൽപ്പ് അതിനുണ്ട്. സ്രഷ്ടാവായ ഭൗതിക ജീവിതത്തെ- സാമ്പത്തിക സ്ഥിതിയെയും വർഗസമരത്തെയും - ഒരളവുവരെ പുരോഗമിപ്പിക്കാനോ പുറകോട്ടടിപ്പിക്കനോ കഴിവുള്ള ശക്തിയായി ആശയം നിലകൊള്ളുന്നു''*
>
> (ഇ.എം.എസ് 1990:262)

ഈ വൈരുദ്ധ്യാത്മ നിലപാടിലേക്ക് വളരാൻ പ്രാഥമിക ഉപാദാനമായത് സ്റ്റാലിന്റെ 'ഭാഷാശാസ്ത്രത്തെ സംബന്ധിച്ച്' എന്ന കൃതിയാണെന്ന് ഇം.എം.എസ് രേഖപ്പെടുത്തിട്ടുണ്ട്.

> *''അടിത്തറയെയും ഉപരിഘടനയെയും സംബന്ധിച്ച അദ്ദേഹത്തിന്റെ (സ്റ്റാലിന്റെ) പുതിയ സിദ്ധാന്തങ്ങൾ, അടിത്തറയുടെ ഒരു പ്രതിബിംബം മാത്രമായി നിൽക്കാതെ, ഉപരിഘടന പലപ്പോഴും അടിത്തറയിൽ നിന്നും സ്വതന്ത്രമായി പ്രവർത്തിക്കുന്നുണ്ടെന്നും അടിത്തറയെ മാറ്റിത്തീർക്കാൻ സഹായിക്കുക പോലും ചെയ്യുന്നുണ്ടെന്നുമുള്ള പരമാർത്ഥം വെളിപ്പെടുത്തി.''*
>
> (ഇ.എം.എസ് 1955.vii)

ഇത് ശാസ്ത്രീയ ചിന്തയിൽതന്നെ വിപ്ലവമുണ്ടാക്കിയതായും/ ഇ.എം. എസ് അഭിപ്രായപ്പെടുന്നുണ്ട്. അടിത്തറ - ഉപരിഘടന സിദ്ധാന്തം മുൻനിർത്തി, മാർക്സിസ്റ്റ് സാഹിത്യ സിദ്ധാന്തം യാന്ത്രിക പ്രതിഫലനത്തിലാണ് ഊന്നുന്നതെന്ന ആക്ഷേപമുയർന്നിരുന്നു. 'ടോൾസ്റ്റോയി റഷ്യൻ വിപ്ലവത്തിന്റെ കണ്ണാടി' യെന്ന ലെനിന്റെ കാഴ്ചയും തീക്ഷ്ണമായി ആക്രമിക്കപ്പെടുകയോ ആഗാധമായി സ്വീകരിക്കപ്പെടുകയോ ചെയ്തിട്ടുണ്ട്. കണ്ണാടിയുടെ ദൗത്യമാണ് പുരോഗമന എഴുത്തുകാരന് ചെയ്യാനുള്ളത് എന്ന ലളിതമായ നിരീക്ഷണത്തിലാണ് ചിലർ എത്തിച്ചേർന്നത്. അടിത്തറ - ഉപരിഘടന ബന്ധങ്ങൾ സംബന്ധിച്ച വൈരുധ്യാത്മക വിമർശനത്തിന്റെ നിലപാട് നാൽപ്പതുകളിൽ തന്നെ ഇ.എം.എസ് തിരിച്ചറിയുകയും രേഖപ്പെടുത്തുകയും

ചെയ്തിട്ടുണ്ടെങ്കിലും എതിർപക്ഷം അതു കണ്ടില്ലെന്നു നടിച്ചു. കണ്ണടച്ച് ഇരുട്ടാക്കുന്നവർക്കുവേണ്ടി ഒരേ കാര്യം ഇ.എം.എസ്സിനു പല തവണ ആവർത്തിക്കേണ്ടിവന്നു. സാമൂഹിക രാഷ്ട്രീയ പ്രവർത്തനങ്ങളുടെ പാരമ്പര്യമായിരിക്കണം ഈ കടമ ക്ഷമാപൂർവ്വം നിർവ്വഹിക്കാൻ അദ്ദേഹത്തിനു സഹായകരമാക്കുന്നത്.

അതേ സമയം, അടിത്തറയും ഉപരിഘടനയും തമ്മിലുള്ള വൈരുധ്യാത്മക ബന്ധം സംബന്ധിച്ച് മാർക്സിസ്റ്റുകാരിൽതന്നെ അഭിപ്രായഭേദങ്ങളുണ്ടായിട്ടുണ്ട്. ടോൾസ്റ്റോയിയുടെ രചനകളെക്കുറിച്ച് ലെനിനും പ്ലഖനോവിനും ഭിന്നാഭിപ്രായങ്ങളാണുണ്ടായിരുന്നത്. 'കലയും സാമൂഹ്യജീവിതവും എന്ന തന്റെ പ്രബന്ധത്തിലും ടോൾസ്റ്റോയിയെക്കുറിച്ചുള്ള നിരവധി ലേഖനങ്ങളിലും ഒരു കലാകാരന്റെ വർഗവും അവന്റെ സൃഷ്ടിയുടെ മൂല്യവും കുട്ടിക്കുഴക്കുകയെന്ന മാനവ വികാസവിജ്ഞാനത്തെ സംബന്ധിച്ച തെറ്റ് പ്ലഖനോവിൽ കാണാം' എന്ന് മാർക്സിസ്റ്റ് പണ്ഡിതനായ ജി.ബി മോഹൻതമ്പി (1980:14) ചൂണ്ടിക്കാട്ടുന്നുണ്ട്. ഇംഗ്ലണ്ടിൽ റാൽഫ് ഫോക്സും ആർനോൾഡ് കെറ്റ്ലും ഡിക്കൻസ് പ്രതിഭയെക്കുറിച്ച് വിരുദ്ധ നിലപാടുകളാണ് കാഴ്ചവെച്ചതെന്നും അദ്ദേഹം തുടർന്നു വിശദമാക്കുന്നുണ്ട്.

ഇത് ഒരർത്ഥത്തിൽ ബാഹ്യഗ്രന്ഥകാരൻ (external author) ആന്തരിക ഗ്രന്ഥകാരൻ (internal author) എന്നിങ്ങനെ ഗ്രന്ഥകാരനെ വിഭജിക്കുന്നുണ്ട്. കൃതിയിൽ ഒളിച്ചിരിക്കുന്ന ആന്തരിക ഗ്രന്ഥകാരനെയാണ് വായനയിൽ നാം അറിയുന്നത്. ബാഹ്യഗ്രന്ഥകാരനെയല്ല. ഇവർതമ്മിൽ സാദൃശ്യം കാണാമെങ്കിലും ഒന്നാവുമെന്ന് കരുതുക വയ്യ. മാത്രമല്ല ബാഹ്യഗ്രന്ഥകാരനിലൂടെ പാഠസാധ്യതകളിലേക്ക് പ്രവേശിക്കാനുള്ള ശ്രമവും സഫലമായെന്നു വരില്ല. ദൈവശാസ്ത്രത്തോടു മമത പുലർത്തിയ ടോൾസ്റ്റോയിയെയല്ല. 'യുദ്ധവും സമാധാനവും' വായിച്ചപ്പോൾ കണ്ടെത്തിയ ആന്തരിക ഗ്രന്ഥകാരനായ ടോൾസ്റ്റോയിയെയാണ് ലെനിൻ പ്രശംസിച്ചത്. റിച്ചാർഡ്സന്റെ നോവലുകളിൽ പതിനെട്ടാം ശതകത്തിൽ അധികാര വർഗത്തിന്റെ പ്രാകൃത നടപടികൾക്കെതിരെ ശക്തിപ്പെട്ടുവന്ന ലിബറൽ ഹ്യൂമനിസത്തിന്റെ പ്രവണതകൾ മാർക്സിസ്റ്റ് വിമർശകനായ ടെറി ഈഗിൾടൻ(1985) കണ്ടെടുക്കുന്നു. വ്യവഹാരത്തിൽ റിച്ചാർഡ്സൻ പുലർത്തുന്ന സ്ത്രീപക്ഷ ചായ്‌വ ലൈംഗിക വിപ്ലവത്തിന്റെ ഫലമല്ലെന്നും മധ്യവർഗകാരുണ്യത്തിന്റെ പ്രകടനമാണെന്നും ഈഗിൾടൻ വിശദമാക്കുന്നുമുണ്ട്. കൃതികളുടെ പാഠസാധ്യതകൾ പരിശോധിക്കുന്ന പുതിയ രീതിശാസ്ത്രങ്ങൾ വികസിച്ചത് ഇരുപതാം ശതകത്തിന്റെ മധ്യഘട്ടത്തിനു ശേഷമാണ്. ഭാഷാശാസ്ത്രത്തിന്റെയും ചിഹ്ന ശാസ്ത്രത്തിന്റെയും വളർച്ചയുടെ ഫലമായി ഘടനാവാദം, ഘടനാവാദാനന്തര ചിന്ത, അപനിർമ്മാണം. തുടങ്ങിയ മേഖലകളിലുണ്ടായ വികാസത്തോടെപ്പം ഇതര വൈജ്ഞാനിക ശിക്ഷണങ്ങളുമായുള്ള അന്തർവിദ്യാപരമായ കൊള്ളകൊടുക്കലുകളുമാണ്

ഈ വളർച്ചയുടെ അടിത്തറ.

രണ്ട്

കൃതിയുടെ വിഭജിത കർത്തൃത്വമെന്ന സങ്കല്പം അപരിചിതമായിരുന്നുവെങ്കിലും ഓരോ ഉത്പന്നവും അത് ഉരുവപ്പെട്ട സവിശേഷ ഉത്പാദനബന്ധങ്ങളെ സൂക്ഷ്മത്തിൽ വഹിക്കുന്നുണ്ടെന്ന് മാർക്സിസ്റ്റുകാർ മനസ്സിലാക്കിയിരുന്നു. ഇതു കണ്ടെത്താൻ എഴുത്തുകാരുടെ ജീവിത പരിസരവും വർഗാഭിമുഖ്യവും നിരീക്ഷിക്കുന്ന രീതിയാണ് കേരളത്തിലെ ആദ്യകാല മാർക്സിസ്റ്റു വിമർശകർ സ്വീകരിച്ചത്. ഈ സമീപനം, കൃതിയുടെ പാഠസാധ്യകൾ വിപ്ലവകരമാകണമെങ്കിൽ, പുരേഗമന വിപ്ലവ പ്രസ്ഥാനങ്ങളുമായി ജൈവബന്ധം പുലർത്തണമെന്ന ധാരണയിലേക്കുവരെ വെട്ടിച്ചുരുക്കപ്പെട്ടു. മറുപക്ഷത്തു നിൽക്കുന്ന എഴുത്തുകാരുടെ കൃതികൾ, അതിൽ ആവിഷ്കൃതമായ വർഗസമരസുക്ഷ്മങ്ങൾ നിരീക്ഷിക്കാതെതന്നെ 'ശുദ്ധകല'യെന്ന് തള്ളിക്കളയുന്ന പ്രവണതയുമുണ്ടായി. 'മാർക്സിസം ഭാഗികമായി മാത്രം മനസ്സിലാക്കുകയും യാന്ത്രികമായി പ്രയോഗിക്കുകയും ചെയ്ത'തിന്റെ അപകടമായിരുന്നു അതെന്ന് ഇ.എം.എസ് പിന്നീട് എഴുതിയിട്ടുണ്ട്. അതേ ലേഖനത്തിൽ ഇ.എം.എസ് എഴുതുന്നു:

> *"സാമ്പത്തികമോ രാഷ്ട്രീയമോ ആയ ബന്ധങ്ങളിൽ നിന്നും സമരങ്ങളിൽ നിന്നുമെല്ലാം ഉയർന്നു നിൽക്കുന്നുവെന്നു പറയപ്പെടുന്ന കലാ-സാഹിത്യകൃതികൾ ശരിയായി മനസ്സിലാക്കണമെങ്കിൽ അവയുടെ ഉത്ഭവസ്ഥാനമായ സാമ്പത്തിക ബന്ധങ്ങൾ അല്ലെങ്കിൽ വർഗസമരം, ഏതു രീതിയിലുള്ളതാണെന്നും അവ ഏതു രൂപത്തിലാണ് കലാകാരനിൽ അല്ലെങ്കിൽ സാഹിത്യകാരനിൽ പ്രതിഫലിക്കുന്നതെന്നും പരിശോധിക്കണമെന്നർത്ഥം"*
>
> (ഇ.എം.എസ് 1990 : 250).

ഇവിടെ കലയും സാഹിത്യവും മനസ്സിലാകണമെങ്കിൽ കലാകാരനെയും സാഹിത്യകാരനെയും മനസ്സിലാക്കണമെന്ന യുക്തിയാണുള്ളത്. കലാകാരൻ വർഗസമരം യഥാതഥമായി പ്രതിഫലിപ്പിച്ചിട്ടുണ്ടോ എന്നതാണു പ്രശ്നം. കൃതിയോടൊപ്പം ഗ്രന്ഥകാരനെക്കുറിച്ചും അയാളുടെ കാലഘട്ടത്തെക്കുറിച്ചുമുള്ള വിശദവിവരങ്ങൾ ശേഖരിച്ചു വായിക്കുമ്പോൾ മാത്രമേ 'ഉത്ഭവസ്ഥാനം' വെളിപ്പെടുന്നുള്ളു. എന്നാൽ ഈ ധാരണയിൽ നിന്നു വിമർശനം ബഹുദൂരം മുന്നേറിയിട്ടുണ്ട്. കൃതികളിൽ സുചിതമാകുന്ന വർഗസമരത്തിന്റെ സ്ഥൂലവും സൂക്ഷ്മവും വിശകലനം ചെയ്യുകയും കൃതികളുടെ നിലപാടും പ്രത്യയശാസ്ത്രവും പ്രഖ്യാപിക്കുകയും ചെയ്യുക എന്നതായിട്ടുണ്ട് മാർക്സിസ്റ്റ് വിമർശനത്തിന്റെ വർത്തമാനകാല ദൗത്യം. അതിനിടയിൽ കണ്ടുമുട്ടുന്ന ആന്ത

രികകർത്താവ് ഒരു പക്ഷെ എഴുത്തുകാരൻ തന്നെയോ അദ്ദേഹത്തിനകത്ത് പുലർന്നുപോന്ന വിഭജിതവ്യക്തിത്വമോ മിത്ഥ്യയോ ആവാം. 'ഡി.എച്ച്. ലോറൻസ് ഫാസിസത്തിനും സ്വവർഗരതിക്കും എതിരായിരിക്കാം. എന്നാൽ അവയോടുള്ള അടങ്ങാത്ത ആകർഷണം ലോറൻസിന്റെ കൃതികളിലുണ്ട്.' (Eagleton 1980) എന്ന് ടെറി ഈഗിൾടന് ന്യായമായും രേഖപ്പെടുത്താം.

കർത്താവിന് അമിതമായ ഊന്നൽ നൽകുന്ന ദൈവശാസ്ത്രപാരായണത്തെ എതിർക്കുന്ന നിരീക്ഷണം ഇ.എം.എസ് തന്നെ രേഖപ്പെടുത്തിയിട്ടുണ്ട്. 'സാഹിത്യകാരന്റെ' 'ഞാനെന്ന ഭാവ'ത്തിനെതിരായി കലാപക്കൊടി ഉയർത്തിയതാണ് 'തൊഴിലാളി വർഗസാഹിത്യകാരന്മാരുടെ സംഭാവന' (ഇ.എം.എസ് 1990:347) യെന്ന് മാത്രമല്ല 'പ്രതിഭ സ്വകാര്യസ്വത്തല്ല' എന്നും ഇ.എം. എസ് അഭിപ്രായപ്പെടുന്നു. അതതുകാലത്തെ സാമൂഹികബന്ധങ്ങളാണ് എഴുത്തുകാരനെയും നിർണയിക്കുന്നത്. മുതലാളിത്തപൂർവ്വ ഫ്യൂഡൽ സമുദായത്തിൽ അംഗമായി കുമാരനാശാൻ എഴുതിയ രചനകളും ബുർഷ്വാനവോത്ഥാനത്തിന്റെ വക്താവായി നിർവഹിച്ച രചനകളും തമ്മിലുള്ള വ്യത്യാസം ഇ.എം.എസ് ഉദാഹരണമായി വിശദീകരിക്കുന്നു. ഈ വസ്തുത യഥാർത്ഥത്തിൽ ആശാന്റെ ജീവചരിത്രം പഠിച്ചിട്ടില്ലാത്ത മാർക്സിസ്റ്റ് നിരൂപകനും കൃതികളെ സമീപിക്കുമ്പോൾ മനസ്സിലാക്കാൻ പ്രയാസമില്ല. കൃതികളിൽ പ്രത്യക്ഷപ്പെടുന്ന ആന്തരിക കർത്താവിനെ പിന്തുടർന്നാൽ തന്നെ ആദ്യകാല ആശാനും പിൽക്കാല ആശാനും തമ്മിലുള്ള വൈരുധ്യത്തിന്റെ അടിസ്ഥാനം വ്യക്തമാകും.

എ.ആർ. രാജരാജവർമ്മയെക്കുറിച്ച് രണ്ടു ഘട്ടങ്ങളിലായി ഇ.എം.എസ് നടത്തിയ നിരീക്ഷണങ്ങൾ തമ്മിലുള്ള വ്യത്യാസം ശ്രദ്ധിക്കേണ്ടതുണ്ട്. 'കേരളം: മലയാളികളുടെ മാതൃഭൂമി' എഴുതുമ്പോൾ എ. ആർ രാജരാജവർമ്മക്കും അദ്ദേഹത്തിന്റെ അമ്മാവനായ കേരളവർമ്മ വലിയകോയിത്തമ്പുരാനും തമ്മിൽ ഭേദമൊന്നും ഇ.എം.എസ് കാണുന്നില്ല.

> *"ഇവരുടെ (എ ആറിന്റെയും കേരളവർമ്മയുടെയും) കുടുംബങ്ങളിലെ പഴയ പതിവനുസരിച്ച് സംസ്കൃതത്തിലുള്ള കാവ്യ നാടകാലങ്കാരങ്ങളും ശാസ്ത്രങ്ങളും പഠിച്ച് പാണ്ഡിത്യം നേടൽ തന്നെയായിരുന്നു. ഇവരുടെയും ബാല്യകാലവിദ്യാഭ്യാസത്തിന്റെ ഉദ്ദേശ്യം. പക്ഷേ, കാര്യസ്ഥിതി മാറിയിരുന്നതിനാൽ സംസ്കൃതത്തോടൊപ്പം തന്നെ ഇംഗ്ലീഷും ഇവർ പഠിച്ചു. ആ ഭാഷയിലും സാമാന്യം നല്ല പണ്ഡിതരാണു തങ്ങളെന്ന നിലവരുത്തി. ഇങ്ങനെ പഴയരീതിയും പുതിയരീതിയും അനുസരിച്ച് പണ്ഡിതന്മാരായ ഇവർക്ക് തിരുവിതാംകൂർ ഗവർമെണ്ട് അവിടത്തെ വിദ്യാഭ്യാസവകുപ്പിൽ ഉയർന്ന ചുമതല നൽകി... ഇംഗ്ലീഷ് പഠിച്ച് ആ ഭാഷയിൽ പാണ്ഡിത്യം*

നേടുകയും വിദ്യാഭ്യാസവകുപ്പിൽ ചുമതലപ്പെട്ട ഉദ്യോഗങ്ങൾ വഹിക്കുകയും ചെയ്തിരുന്നില്ലെങ്കിൽ ഇവർ പഴയ രീതിയിലുള്ള സാഹിത്യകാരന്മാരേ ആകുമായിരുന്നുള്ളു. ആധുനിക മലയാളസാഹിത്യത്തിന്റെ നിർമാതാക്കളെന്ന ഉയർന്ന സ്ഥാനം നേടുമായിരുന്നില്ല''

(ഇ.എം.എസ് 1990: 192)

പിൽക്കാലത്ത് കേരളപാണിനീയം വായിച്ചശേഷം ഇ.എം.എസ് ഈ അഭിപ്രായം തിരുത്തുന്നുണ്ട്.

''ഈ രണ്ടു മാർഗങ്ങളെ തരം തിരിക്കുകയും ആഗമിക മാർഗത്തിനു പ്രാധാന്യം കൊടുക്കുകയും ചെയ്ത കേരള പാണിനി ഭാഷാശാസ്ത്ര ചിന്തയിൽ ഒരു വിപ്ലവം തന്നെ വരുത്തിയെന്നു പറയുന്നത് അതിശയോക്തിയാവുകയില്ല. എന്തുകൊണ്ടെന്നാൽ സനാതനമായ ചില നിയമങ്ങൾ വ്യാകരണത്തിനോ സൗന്ദര്യശസ്ത്രത്തിനോ ഇല്ലെന്നതാണ് ഈ സിദ്ധാന്തത്തിന്റെ കാതലായ ഭാഗം... ഭാഷ, അതിന്റെ വ്യാകരണം, സൗന്ദര്യശാസ്ത്രം മുതലായവ സദാ മാറിക്കൊണ്ടിരിക്കുന്നതാണെന്ന സിദ്ധാന്തം വൈരുധ്യാത്മക ഭൗതികവാദത്തിന്റെ സാധുതയെ വ്യക്തമാക്കുന്നു. പക്ഷേ, കേരളപാണിനി വൈരുധ്യാത്മക ഭൗതികവാദം അംഗീകരിക്കുന്നില്ല''

(ഇ.എം,എസ് 1990 :290)

ഈ രണ്ട് അഭിപ്രായങ്ങൾ തമ്മിലുള്ള വ്യത്യാസം വളരെ ആഴത്തിലുള്ളതാണ്. കേരളപാണിനീയം വായിക്കാനും ഇങ്ങനെയൊരു തിരുത്ത് നത്താനും തയ്യാറാവുകവഴി വൈരുദ്ധ്യാത്മക വിമർശനത്തെ അദ്ദേഹം ശക്തിപ്പെടുത്തി. രാജകുടുംബത്തിൽ ജനിക്കുകയും ഗവർമെണ്ടിൽ വലിയ ചുമതലകൾ വഹിക്കുകയും ചെയ്ത എ ആറല്ല കേരളപാണിനീയത്തിൽ തെളിഞ്ഞുനിൽക്കുന്ന ആന്തരിക കർത്താവെന്നു വ്യക്തമാണല്ലോ. ചരിത്രപരവും വൈരുദ്ധ്യാത്മകവുമായ ഭൗതികവാദത്തിന്റെ സൈദ്ധാന്തികവും പ്രായോഗികവുമായ അനുഭവങ്ങളുടെ കാലഘട്ടം കേരളത്തിൽ ആരംഭിക്കുന്നത് എ ആറിന്റെ മരണശേഷമാണ്. എങ്കിൽപ്പോലും ആശയരംഗത്തെ വർഗസമരത്തിന് ക്രിയാത്മകമായ സംഭാവന നൽകാൻ എ ആറിനു കഴിഞ്ഞു എന്നതാണ് പ്രധാനം.

മൂന്ന്

ഇ.എം.എസിന്റെ തിരിഞ്ഞുനോട്ടങ്ങളിൽ കുടുതൽ കാഴ്ച അപഹരിക്കുന്നത്. രൂപഭദ്രതാവാദമാണ്. ഇത് യഥാർത്ഥത്തിൽ ജനാധിപത്യ രാഷ്ട്രീയത്തിനകത്തെ അനിവാര്യമായ സമരത്തിന്റെ മുഖമാണ്. ജോസഫ് മുണ്ടശ്ശേരിയെപ്പോലുള്ള ബുർഷ്വാ സാഹിത്യ വിമർശകർ തങ്ങ

ളോടുതന്നെ നടത്തിയ യുദ്ധമായിരുന്നു അത്. വ്യവസ്ഥയോടുള്ള മമതയും കലഹവും അവരുടെ ആന്തരിക പ്രശ്നമായിരുന്നു(അതിനെ എങ്ങിനെ മറികടന്നുവെന്ന് പിൽക്കാല മുണ്ടശ്ശേരി തെളിവുതരുന്നുമുണ്ട്). അതിൽ തൊഴിലാളിപക്ഷ വിമർശകന് കുടുതൽ കാര്യമൊന്നുമില്ല. അക്കാലത്തുതന്നെ രൂപഭദ്രതാവാദത്തോടുള്ള സമീപനം ഇ.എം.എസ് വ്യക്തമാക്കുകയും ചെയ്തതാണ്. അത് ആവർത്തിച്ചുറപ്പിക്കേണ്ട സാഹിത്യരാഷ്ട്രീയ പരിതസ്ഥിതികൾ നിലനിൽക്കുന്നില്ല.

'സമരവും പ്രതിഷേധവുമൊക്കെയാവാം പക്ഷേ നിയമങ്ങൾക്കകത്തുനിന്നു മതി' എന്നു പറയുന്നതിന്റെ രാഷ്ട്രീയ ദൗത്യം ഭദ്രരൂപസങ്കൽപത്തിലുണ്ട്. നില നിൽക്കുന്ന വ്യവസ്ഥക്കു കോട്ടം തട്ടാൻ അതനുവദിക്കുന്നില്ല. കലയിലും സാഹിത്യത്തിലും വിപ്ലവകരമായ ഉള്ളടക്കമാകാം. അതു കലാസൗന്ദര്യത്തെ നശിപ്പിക്കരുത് എന്ന സമീപനത്തിൽ സാമ്പ്രദായിക സൗന്ദര്യ സങ്കല്പത്തിന്റെ അധീശത്വമുണ്ട്. രൂപഭാവങ്ങളുടെ വൈരുദ്ധ്യാത്മക ബന്ധമാണ് കൃതിയുടെ ഊർജ്ജം. ഇവയെ രണ്ടു തട്ടുകളിലാക്കി വേർതിരിക്കുന്നത് പഴയ യാന്ത്രിക ഭൗതികവാദികളുടെ പിടിവാശിയിൽനിന്നും ഒട്ടും കുറഞ്ഞ ഒന്നല്ല, കഥകളിയെക്കുറിച്ചുള്ള അഭിപ്രായ പ്രകടനങ്ങൾക്കിടയിൽ ഇ.എം.എസ് തന്നെ ഈ പിശകിലേക്ക് വഴുതിവീണിട്ടുണ്ട്. ഉള്ളടക്കത്തിൽ മാത്രം വ്യത്യാസം വരുത്തി കഥകളിയെ നവീകരിക്കാനുള്ള അപക്വ ശ്രമങ്ങളെ ഇ.എം.എസ് വാഴ്ത്തുന്നുണ്ട്. എന്നു മാത്രമല്ല. 'ഇന്ദുലേഖ' കഥകളിയാക്കുന്നതു സംബന്ധിച്ച ആലോചന മുന്നോട്ടു വെക്കുകയും ചെയ്യുന്നു (ദാസ് 1994 :246).

മറ്റൊരു രീതിയിൽ, 'കല കലയ്ക്കുവേണ്ടി' എന്ന സിദ്ധാന്തത്തിന്റെ ജീവൻ തന്നെയാണ് രൂപഭദ്രതാവാദത്തിനുമുള്ളത്. ഉള്ളടക്കം പുരോഗമനപരമാവാം എന്നൊരു പരിഗണന നൽകുന്നു എന്നതു മാത്രമാണ് ഗുണപരമായ മാറ്റം. എങ്കിൽതന്നെ, 'വ്യവസ്ഥയെ എതിർക്കാം അതിനെ മാറ്ററുത്' എന്ന നിലപാടിൽ എതിർക്കാം എന്ന വാക്കിന് വലിയ അർത്ഥവ്യാപ്തിയൊന്നുമില്ല. പുരോഗമനപരമാവാം എന്ന സൗജന്യം ഭദ്രരൂപത്തിൽ തട്ടി നിഷേധാത്മകമാകുന്നുണ്ടെന്നർത്ഥം.

സാഹിത്യം ഒരു ഉത്പന്ന (Product) മാണെന്ന് പിയറിമെഷറെ പറയുന്നുണ്ട്. ഉത്പന്നങ്ങളുടെ നിയമങ്ങളെല്ലാം മുതലാളിത്ത പൊതു ജീവിതത്തിൽ സാഹിത്യത്തിനും ബാധകമാകുന്നു എന്നർത്ഥം. എന്നാൽ വ്യാഖ്യാനിച്ചെടുക്കുക എളുപ്പമല്ലാത്ത സങ്കീർണരീതികൾ നിമിത്തം സാഹിത്യം 'സ്വയംഭു' വാണെന്നോ സ്വാഭാവിക നിർമിതിയാണെന്നോ തെറ്റിദ്ധരിക്കപ്പെട്ടു. കേവലയുക്തികൾകൊണ്ട് പരിഹാരമന്വേഷിച്ച പ്രത്യയശാസ്ത്ര പാരായണത്തിന്റെ ആദിമഘട്ടം ഇത്തരമൊരു വേർതിരിവിനും പ്രചോദനമായിട്ടാണ്ടാവും. രചന സോദ്ദേശ്യമായിരിക്കണമെന്നും വേണ്ടെന്നുമുള്ള വാദഗതികളിലാണ് വ്യക്തി പ്രതിഭയുടെ

അമാനുഷിക സിദ്ധികൾ കൊട്ടിഘോഷിക്കപ്പെട്ടത്. വ്യക്തിക്ക് നിയന്ത്രിക്കാനാവാത്ത 'പ്രതിഭ' സാമൂഹിക സാംസ്കാരികാനുഭവങ്ങളുടെ സൂക്ഷ്മം തന്നെയാണെന്നും മൊഴിയിലും പൊരുളിലും അബോധപരമായി അത് അന്തർധാരയാകുന്നുണ്ടെന്നും പലരും പരിഗണിച്ചില്ല. സാമൂഹികാസ്തിത്വം അംഗീകരിച്ചാൽ കമ്യൂണിസ്റ്റുപക്ഷമായി മാറിപ്പോകുമോ എന്നായിരുന്നു പലർക്കും ഭയം. അതേസമയം, വ്യക്തിയുടെ പങ്ക് മുമ്പ് കുറച്ചുകണ്ടുപോയി എന്ന ദൗർബ്ബല്യം പരിഹരിക്കാൻ മാർക്സിസ്റ്റ് വിമർശനം സന്നദ്ധമാകുകയും ചെയ്തു. അതിനുദാഹരണമാണ് ഇ.എം.എസിന്റെ വിഖ്യാതമായ ഭാഷാപോഷിണി ലേഖനം.

> *"സാഹിത്യരചനയും ആസ്വാദനവും തികച്ചും വ്യക്തിഗതമായ ഒരു വ്യാപാരമാണ്. സാമൂഹ്യമോ രാഷ്ട്രീയമോ ആയ യാതൊരു ലക്ഷ്യവും സാഹിത്യരചനയ്ക്ക് ആവശ്യമില്ല. ആ അർത്ഥത്തിൽ 'കല കലയ്ക്കുവേണ്ടി' തന്നെയാണ്. ഈ സത്യം കമ്യൂണിസ്റ്റുകാരായ ഞങ്ങൾ വേണ്ടത്ര കണ്ടിരുന്നില്ല. എന്നാൽ സാഹിത്യകൃതികളുടെ രചയിതാക്കളും ആസ്വാദകരുമടക്കം വ്യക്തികൾ മുഴുവൻ സമൂഹത്തിന്റെ സന്തതികളാണ്. സമൂഹത്തിന്റേതായ ചുറ്റുപാടുകൾ, വികാരവിചാരങ്ങൾ എന്നിവ ഏറ്റവും പ്രതിഭാശാലികളായ വ്യക്തികളെപ്പോലും ബാധിക്കും, വാല്മീകി മുതൽ ടാഗോറും അത്യാന്താധുനിക സാഹിത്യകാരന്മാരുംവരെയുള്ള ഇന്ത്യൻ സാഹിത്യകാരന്മാരിൽ ഓരോരുത്തരും അവർ ജീവിച്ചിരുന്ന കാലത്തിന്റേതായ പരിമിതികൾക്ക് വിധേയരാണ്. അതുകൊണ്ട് കാലദേശ പരിമിതികൾക്കതീതമായി സാഹിത്യകൃതികളെ ആസ്വദിക്കുകയെന്ന രീതി യാഥാർത്ഥ്യബോധത്തിന് നിരക്കുന്നതല്ല."*

എതിരാളികളിൽ മാത്രമല്ല, മാർക്സിസ്റ്റുകാരിലും അഭിപ്രായഭേദമുയർത്തിയ ഈ ലേഖന ഭാഗത്തെ പ്രധാനവാദങ്ങൾ പരിശോധിക്കാം

1. രചനയും വായനയും തികച്ചും വ്യക്തിവ്യാപാരങ്ങളാണ്.
2. സമൂഹികമോ രാഷ്ട്രീയമോ ആയ ലക്ഷ്യം രചനക്ക് ആവശ്യമില്ല.
3. രചനയും വായനയും നിർവ്വഹിക്കുന്ന വ്യക്തികൾ സമൂഹസന്തതികളാണ്.
4. കാലദേശ പരിമിതികൾക്ക് അതീതമായി രചനകൾ വായിക്കാനാവില്ല.

പ്രധാനമായും ഇങ്ങനെ നാലുകാര്യങ്ങളാണ് ലേഖകൻ സമർത്ഥിക്കുന്നത്. സമൂഹംപോലെ പ്രധാനപ്പെട്ട ഘടകമാണ് വ്യക്തിയെന്നും വ്യക്തി/സമൂഹം വൈരുധ്യത്തിന്റെ അനന്തഭാവങ്ങളാണ് രചനകളിൽ ആവിഷ്കരിക്കപ്പെടുന്നതെന്നുമുള്ള വൈരുധ്യാത്മക വിമർശനത്തിന്റെ

നിലപാടിലേക്ക് ഇ.എം.എസ് വളരുകയാണ് ചെയ്തത്. പഴയ യാന്ത്രിക ഭൗതികവാദത്തിന്റെ പിടിവാശിയിൽനിന്ന് ലേഖകനും വിമർശവും വിമോചിപ്പിക്കപ്പെടുന്നു. രചനയും വായനയും തികച്ചും വ്യക്തിപരമായ വ്യാപാരങ്ങളാണ് എന്നെഴുതിയ ലേഖകൻ അതേപ്രാധാന്യത്തോടെ വ്യക്തികൾ സമൂഹസന്തതികളാണ് എന്നും എഴുതുന്നു. വ്യക്തി/സമൂഹം ദ്വന്ദ്വങ്ങളെ മുഖാമുഖം നിർത്തി തീക്ഷ്ണ വൈരുധ്യം തുറന്നുകാട്ടുന്നു. അത്രയും പ്രാധാന്യമുള്ളതാണ് രണ്ടും നാലും അഭിപ്രായങ്ങൾ. സാമൂഹികമോ രാഷ്ട്രീയമോ ആയ ലക്ഷ്യം രചനക്ക് ആവശ്യമില്ല എന്ന അഭിപ്രായത്തിനു താഴെത്തന്നെ കാലദേശപരിമിതികൾക്ക് അതീതമായി രചനകൾ വായിക്കാനാവില്ല എന്നും എഴുതുന്നു. രചനാപ്രയോഗം സൂചകങ്ങളിലൂടെയുള്ള ആദ്യവായനയാണെന്ന് പുതിയ വിമർശകർക്കറിയാം. ആദ്യമായി ഒരു പാഠം വായിച്ചെടുക്കുന്നയാൾ മാത്രമാണ് എഴുത്തുകാരൻ. എക്കാലത്തേക്കുമായി പാഠം നൽകുന്നയാളല്ല. എന്നാൽ അതിൽ ചരിത്രപരമായ നില അടയാളപ്പെട്ടിരിക്കും. അതു സാധിതമാക്കുന്നത്, സൂചകങ്ങളും അവ നിബന്ധിച്ച നിയമങ്ങളും അതിനകത്തെ മൗനം പോലും ഉൾപ്പെട്ട സന്ദർഭ (Context) വുമാണ്. എഴുത്തുകാരൻ എത്ര അബോധപൂർവ്വം രചന നടത്തിയാലും നമ്മുടെ ചരിത്രസന്ദർഭം പങ്കുവെക്കുന്ന സൂചകങ്ങളായിരിക്കും കടന്നുവരുന്നത്. വായനയിൽ സ്വീകരിക്കപ്പെടുന്ന പാഠങ്ങളിൽ അവയുടെ സവിശേഷമുദ്രയും കാണും. രചനയിലെ അബോധം/വായനയിലെ ബോധം എന്ന ഒരു വൈരുധ്യം കൂടി ഇ.എം.എസ് അവതരിപ്പിക്കുന്നു. ഈ വൈരുധ്യത്തിൽ നിറഞ്ഞുണരുന്നത് രചനയുടെ ഉപരിഘടനയിലും അഗാധഘടനയിലും പതിഞ്ഞുകിടക്കുന്ന സമൂഹസൂക്ഷ്മങ്ങളാണ്. ഇങ്ങനെ, ചരിത്രപരവും വൈരുധ്യാത്മകവുമായ വിമർശന വീക്ഷണത്തെ സമ്പന്നമാക്കിയ ഒരു ലേഖനം പോലും വ്യവസ്ഥാവൽക്കരിക്കാൻ ബൂർഷ്വാ മാധ്യമകൗശലം ഉണർന്നിരിക്കുന്നു എന്നത് നിസ്സാരമായ കാര്യമല്ല. മാധ്യമവിമർശനരംഗത്ത് നിർവ്വഹിക്കേണ്ട പ്രതിവ്യവഹാരത്തെ അത് ഓർമിപ്പിക്കുന്നു.

1996

നോവൽ: പ്രതിബോധത്തിന്റെ പാഠഭേദം

'ആധുനിക ബൂർഷ്വാ സമൂഹത്തിന്റെ ഇതിഹാസമാണ് നോവൽ' എന്നെഴുതുമ്പോൾ നോവലിനെ സംബന്ധിച്ച് ശാസ്ത്രീയമായ ഒരു സങ്കല്പനം അവതരിപ്പിക്കുകയായിരുന്നു റാൽഫ് ഫോക്സ്. കഥ വ്യാപിച്ചു കിടക്കുന്ന താളുകളുടെ എണ്ണം, പഞ്ചസന്ധികൾ എന്നിങ്ങനെയുള്ള ഘടനാപരമായ സവിശേഷതകൾ മുൻനിർത്തിയാണ് ഇ.എം ഫോസ്റ്റർ മുതൽ എം.പി.പോൾ വരെയുള്ള വിമർശകർ നോവലിനെ നിർവചിച്ചത്. പിൽക്കാല വിമർശകരിൽ അധികം പേരും പോളിന്റെയോ ഫോസ്റ്ററിന്റെയോ തണലിൽ നോവൽ വായനയെ നവീനനിരീക്ഷണങ്ങളിലേക്ക് വിപുലീകരിക്കുകയായിരുന്നു. നോവൽ സത്തയെ ആസ്പദമാക്കിയുള്ള വിമർശനമാകട്ടെ, സദാചാരമാനവത(ethical humanism)യുടെ പാരായണപരിമിതികൾ മറികടക്കുകയുണ്ടായില്ല. ഫ്യൂഡൽ മൂല്യബോധത്തിലെ സദാചാരനിയമങ്ങൾക്ക് കീഴ്പ്പെടുത്തി മുതലാളിത്ത കലാരൂപങ്ങൾ വായിച്ചെടുക്കുക പ്രയാസകരമാണല്ലോ. എന്നാൽ റാൽഫ് ഫോക്സ് അവതരിപ്പിച്ച നിർവചനത്തിനുള്ള ചരിത്രപരവും സാമൂഹികവുമായ പിൻബലം, നോവലിന്റെ ബാഹ്യതലത്തോടൊപ്പം ആന്തരിക സങ്കീർണതകളും ആഴത്തിൽ പരിശോധനാവിധേയമാക്കാനുള്ള വഴികൾ തുറന്നിട്ടിരുന്നു. സത്താപരമായ നിർവചനത്തിന്റെ തെളിമയും ശാസ്ത്രീയതയും ഫോക്സിന്റെ വാക്യത്തിലുണ്ട്.

നവോത്ഥാനത്തിനു മുമ്പു നിലനിന്ന കാവ്യരൂപങ്ങളിൽ കാണുന്ന

'വ്യക്തി'യുടെ മൂലരൂപം ആധുനിക വ്യക്തിയിൽ നിന്ന് അത്യന്തം ഭിന്നമാണ്. അവിടെ വൈയക്തികസാധ്യതകളുടെ ലോകം അടഞ്ഞതായിരുന്നു. വ്യവസ്ഥാപിത കലകളുടെ ഘടനകൾ ഭേദിച്ചുവേണമായിരുന്നു വ്യക്തിക്കു വികസിക്കേണ്ടത്. ഈ വളർച്ചയുടെ പ്രകാശരേഖയാണ് നോവൽ. അതിനു തുണച്ചതാകട്ടെ, മുതലാളിത്ത വിപ്ലവത്തോടെ അധികാരഘടനയിലും മുല്യബോധത്തിലും അനുക്രമമായുണ്ടായ മാറ്റങ്ങളാണ്. ഫ്യൂഡൽ ഘടനയിൽ അധികാരം ജന്മിയിൽ കേന്ദ്രീകൃതമായിരുന്നെങ്കിൽ മുതലാളിത്തത്തിൽ, കീഴാളർക്ക് അധികാരത്തിലുള്ള പങ്ക് തത്വത്തിൽ അംഗീകരിക്കപ്പെട്ടു. ഇത് ചിന്തയുടെയും പ്രയോഗത്തിന്റെയും മണ്ഡലങ്ങളിൽ പ്രത്യക്ഷഫലങ്ങളുളവാക്കി. ജനാധിപത്യം. ജനകീയത, മാനവത, തുടങ്ങിയ സങ്കല്പനങ്ങൾ ഉപരിഘടന(super structure)യിൽ കേന്ദ്രസ്ഥാനത്തെത്തി. ഈ നവീനപ്രയോഗപരിസരവും മൂല്യസങ്കല്പനവുമാണ് നോവലിന് ജന്മം നൽകിയത്. ക്ലാസിക് കലാരൂപങ്ങൾ കാത്തുപോന്ന നിഗൂഢതകൾ പതുക്കെപ്പതുക്കെ പരിഹരിക്കപ്പെട്ടു. മിത്തുകളും പ്രതീകങ്ങളുമെല്ലാം നവീന വ്യവഹാരത്തിന്റെ സങ്കേതങ്ങ (code) ളായി പുതിയ സന്ദർഭങ്ങളിൽ കടന്നു കയറി. നോവൽ മനുഷ്യബോധത്തെ വിപുലീകരിക്കുകയും അഗാധമാക്കുകയും ചെയ്തുവെന്ന് ഫോക്സ് (1954:80) പറയുന്നത് ഈ അടിസ്ഥാനത്തിലാണ്. വിവിധ ബോധരൂപങ്ങളിൽ നവോത്ഥാന മൂല്യസങ്കല്പങ്ങളുണർത്തിയ വിചാരവികാരങ്ങളാണ് നോവലിൽ ഒളിഞ്ഞും തെളിഞ്ഞും പ്രത്യക്ഷപ്പെട്ടത്. പ്രയോഗിക ജീവിതത്തിലെ നിബന്ധനകളുമായി ഇവയ്ക്കുള്ള വൈരുദ്ധ്യങ്ങൾ പാഠ(Text)ത്തിന്റെ ബോധത്തിലും അബോധത്തിലും പ്രതിഫലിക്കുന്നു. പ്രയോഗം- ചിന്ത (prax-is -thought), പ്രകൃതി- സംസ്കാരം (nature–culture) എന്നീ ദ്വന്ദ്വങ്ങളുടെ ചിഹ്നങ്ങളാണ് നോവലിന്റെ ജീവധാരയായതെന്നർത്ഥം. കലാചരിത്രത്തിലെ വിപ്ലവകരമായ ഈ പരിണതി വിശദമായ പഠനം ആവശ്യപ്പെടുന്നു. സമൂഹബന്ധങ്ങളിലുണ്ടായ മാറ്റത്തോടു ചേർത്തുവച്ചാണ് അതു നിർവഹിക്കേണ്ടത്.

ഓരോ എഴുത്തുകാരനും അയാൾ ആന്തരികമായി ഏറ്റുവാങ്ങിയ ജീവിതത്തെ പുനർനിർമ്മിക്കുകയാണ്. ഈ പുനരാവിഷ്കാരം ജീവിക്കുന്ന സ്ഥലകാലങ്ങളുടെ നിബന്ധനകളിൽ നിന്ന് അയാളെ വിമുക്തനാക്കുന്നു. മറ്റൊരു മിഥ്യയിലിരുന്ന് താൻ സാമൂഹിക പ്രേരണകൾക്ക് വിധേയനല്ലെന്നു വിളിച്ചു പറയുന്ന എഴുത്തുകാരൻ നിലനിൽക്കുന്ന ജീവിതാവസ്ഥയോട് തനിക്കുള്ള പ്രതിഷേധം പ്രകടിപ്പിക്കുക മാത്രമാണ് ചെയ്യുന്നത്. അയാൾ അബോധപൂർവ്വമായി സാമൂഹികാസ്തിത്വത്തിന് അടിവര ചാർത്തുന്നു എന്നർത്ഥം. എഴുത്തുകാരനെ സംബന്ധിച്ച ഈ പരഡോക്സി(paradox)നു നിദാനമാകുന്നത് ബോധത്തെയും അധികാരത്തെയും ആസ്പദിച്ചുള്ള ചില നിയമങ്ങളാണ്.

നവോത്ഥാനത്തോടെയാണ് ആധുനികരാഷ്ട്ര (state) സങ്കല്പവും

പിറവിയെടുത്തത്. ഫ്യൂഡൽ ജീവിതത്തിന് അപ്രാപ്യമായിരുന്ന ഒരു രാഷ്ട്രീയ ദർശനത്തിന്റെ പിൻബലം ആധുനിക ജീവിതത്തിനുണ്ട്. ഭരണകൂടവും ജനങ്ങളും തമ്മിലുള്ള ബന്ധം നാടുവാഴിത്താവസ്ഥ യിൽ സ്തൂപികാസദൃശ്യമാണെങ്കിൽ മുതലാളിത്തത്തിൽ അതു ചതു രസമാനമാണ്. ആദ്യത്തേതിൽ അധികാരം ഒരു ബിന്ദുവിലേക്ക് കേന്ദ്രീ കരിക്കുന്നുവെങ്കിൽ രണ്ടാമത്തേതിൽ ഓരോ ബിന്ദുവിലേക്കും വികേന്ദ്രീകരിക്കപ്പെടുന്നു. എന്നാൽ ഉന്നതാധികാരമാകട്ടെ മുതലാളിത്ത ത്തിൽ മുകൾത്തട്ടിൽത്തന്നെയാണുള്ളത്. പള്ളിക്കൂടം, പള്ളി. തൊ ഴിൽശാലകൾ. നിയമപാലകർ, തടവറ തുടങ്ങി നിരവധി സ്ഥാപനങ്ങ ളിലൂടെ അധികാരത്തിന്റെ സ്ഥൂലം പ്രവർത്തുക്കുമ്പോൾ വ്യക്തിയിലെ 'അഹം' മറ്റൊരു അധികാരസ്ഥാപനമായി (സ്റ്റേറ്റിന്റെ സൂക്ഷ്മമായി) രൂപപ്പെടുന്നു. വ്യക്തി-കുടുംബം-സമൂദായം-രാഷ്ട്രം എന്നിങ്ങനെ അധികാര ശ്യംഖല സുഘടിതമാകുന്നു. വ്യക്തിയെ ഈ ഘടനയിലേ ക്ക് ഒതുക്കിനിർത്തുന്ന അധികാരത്തിന്റെ ഉപരിവ്യവസ്ഥയാണ് പൊ തുബോധം (common sence), കല, സൗന്ദര്യശാസ്ത്രം, സദാചാരം, നിയമം, തത്ത്വചിന്ത തുടങ്ങിയവയെല്ലാം പൊതുബോധത്തിന്റെ ഉപസ്ഥാപനങ്ങളാകുന്നു.

മനുഷ്യജീവിതം സമ്പന്നമാകുന്നത് ആത്മീയസാധ്യതകൾ തുറന്നു കിട്ടുമ്പോഴാണ്. അതിന് ചിന്ത പുതിയ മാനങ്ങളിലേക്ക് വികസിക്കേണ്ട തുണ്ട്. അധികാരഘടനയിൽ തളയ്ക്കപ്പെട്ട ചിന്തയ്ക്ക് അതിർത്തികൾ ഭേദിച്ചു കൊണ്ടേ അതു സാധ്യമാകു. നിയമം. സദാചാരം, തത്ത്വചിന്ത തുടങ്ങിയ വ്യവസ്ഥാവത്കൃത ബോധരൂപങ്ങൾ അധികാരത്തെ നില നിർത്താൻ പ്രതിജ്ഞാബദ്ധമാണ്. പൊതുബോധത്തിന്റെ ഈ പരിമിതി മറികടക്കാൻ സാഹസികമായ ഒരെടുത്തുചാട്ടത്തിന് മുതിരേണ്ടതുണ്ട്. ശീതീകരിക്കപ്പെട്ട ചിന്തയുടെ ആൾരൂപങ്ങളായി മാറുക എന്നതിനർ ത്ഥം അയാൾ മനുഷ്യനല്ലാതാകുന്നു എന്നതാണ്. ബോധമുള്ള ജീവി യാണ് മനുഷ്യൻ എന്ന നിർവചനത്തിൽ ബോധത്തിൽ അനുനിമിഷം അയാൾ നിർവഹിക്കുന്ന പുനർനിർമാണത്തെക്കുറിച്ചുകൂടി സൂചനയുണ്ട്. എന്നാൽ പൊതുബോധഘടനയിൽ തളയ്ക്കപ്പെടുന്നു എന്നതാണ് അധികാരഘടനയിൽ വ്യക്തിക്കുണ്ടാകുന്ന മാറ്റം.

ഏത് അനുഭവത്തെയും സ്വീകരിച്ചാശ്ലേഷിക്കുന്നവർക്കിടയിൽ ഒരെതിർവിചാരംകൊണ്ട് വ്യത്യസ്തനാകുന്നവനാണ് എഴുത്തുകാരൻ. രചനയിൽ അതു പൊതു ബോധത്തിനെതിരായ കലാപമായി വിക സിക്കുന്നു, തുറന്ന ഘടനയും പരിവേഷരഹിതമായ ആഖ്യാനരീതിയും ജീവിതാവസ്ഥയോടുള്ള ആത്മബന്ധവും നോവലിന്റെ വ്യവഹാരിക സാധ്യതകളെ വിപുലീകരിക്കുകയും പോരാട്ടത്തിനു സജ്ജമാക്കുക യും ചെയ്യുന്നു. സാമൂഹ്യപ്രശ്നങ്ങൾ ഉരുത്തിരിഞ്ഞു വരുമ്പോൾ ബോധപൂർവ്വമായിത്തന്നെയാണ് താൻ രചന തുടങ്ങുന്നതെന്ന് തകഴി (1985 :5) തന്നെക്കുറിച്ചുള്ള സത്യം ഏറ്റുപറയുന്നുണ്ട്. വ്യവസ്ഥാവ്യൂ

ഹത്തിന്റെ വിചാരകൗശലങ്ങളോട് ഏറ്റുമുട്ടിയാണ് ഓരോ നോവലിസ്റ്റും വഴി കണ്ടെടുക്കുന്നത്. ശീലങ്ങൾക്കെതിരായ കലാപമാകുമ്പോൾ രചന പ്രതിബോധത്തിന്റെ കലയാകുന്നു.

നോവലിന്റെ പ്രതിബോധനില പെട്ടെന്ന് തിരിച്ചറിയുന്നത് അധികാരകേന്ദ്രങ്ങളാണ്. സമകാലികസമുദായത്തെ ചിത്രീകരിച്ച നോവലിസ്റ്റുകളെ തടവറയിൽ തള്ളിയ ഇറ്റാലിയൻ അനുഭവം കേസരി(1984 :173) ചൂണ്ടിക്കാട്ടുന്നുണ്ട്. പൊതുബോധത്തിലെ നിഷേധപ്രവണതകളെ നിശബ്ദമാക്കാൻ മുസ്സോളിനി പ്രത്യക്ഷ മർദ്ദനോപാധികളെപ്പോലും ആശ്രയിച്ചു. മലയാളത്തിൽ ചരിത്രനോവലുകൾ പെയ്തുകൊണ്ടിരുന്ന കാലത്ത് കേസരി എഴുതി:

> *''കേരളീയ സാഹിത്യകാരൻമാർ കേരളത്തിലെ സമുദായത്തെ ചിത്രീകരിക്കുന്ന സാക്ഷാൽ നോവുലുകൾ രചിക്കുവാൻ തുനിയുന്നതായാൽ അവർക്ക് ഇവിടത്തെ സമുദായ സ്ഥിതിയെപ്പറ്റി പ്രതികൂലമായി വിമർശിക്കാതിരിക്കാൻ സാധിക്കുകയില്ല, ഇങ്ങനെ ചെയ്താൽ, കേരളത്തിലെ ഗവൺമെന്റുകളും കേരളവുമായി ബന്ധമുള്ള സർവ്വകലാശാലകളും കേരളത്തിലെ ടെക്സ്റ്റ്ബുക്കുകമ്മറ്റികളും അവരെ മുസ്സോളിനിയെപ്പോലെ ജയിലിലിടയ്ക്കുകയില്ലെങ്കിലും ആ അധികാരികൾ, തങ്ങൾ ഇന്നത്തെ ചരിത്രനോവലുകൾക്കും മറ്റും നൽകിവരുന്ന പ്രോത്സാഹനം, സമുദായ വിപ്ലവം ഭയന്ന് ആ സമുദായനോവലെഴുത്തുകാർക്ക് നൽകാതെ, അവരെ പട്ടിണിയിട്ട് ഒരു പാഠം പഠിപ്പിക്കുമെന്നു പറയാം. ഈ സ്ഥിതിക്കു മാറ്റം വരാതെ സാക്ഷാൽ നോവലുകൾ ഭാഷയിൽ വളർന്നുവരുന്നതല്ല''*
>
> (കേസരി, 1984 :173).

'സാക്ഷാൽ നോവലുകൾ' പിറവിയെടുക്കണമെന്നാഗ്രഹിക്കുന്ന കേസരി പ്രതിബോധനോവലുകളുടെ പ്രസക്തിയിലാണ് ഊന്നുന്നത്. മുസ്സോളിനിയുടെ ഇറ്റലിപോലെയല്ലെങ്കിലും കേരളീയാവസ്ഥയിലും വ്യാപിച്ചുകിടക്കുന്ന വ്യവസ്ഥാശൃംഖലകളെ കേസരി തൊട്ടുകാണിക്കുന്നു. ജീർണ്ണമായ പൊതുബോധപ്രവണതകൾ എങ്ങിനെ സംരക്ഷിക്കപ്പെടുന്നുവെന്നും ഈ ഭാഗത്തു വെളിപ്പെടുന്നുണ്ട്.

ഓരോ നോവലിസ്റ്റും മുതലാളിത്ത പൊതുമണ്ഡലം പുനർനിർമ്മിക്കുകയാണു ചെയ്യുന്നത്. നിലനിൽക്കുന്ന വ്യവസ്ഥയെ ഊട്ടിയുറപ്പിക്കാനുദ്ദേശിക്കുന്ന രചനകൾ കേവലം അനുകരണങ്ങളേയാകുന്നുള്ളു. ജനപ്രിയനോവലുകൾ (Popular novels) മുതലാളിത്ത പൊതുമണ്ഡലത്തിലെ ചതുപ്പുകളാണ്. (മൂലധന കേന്ദ്രീകൃതമായ ജീവിതാവസ്ഥയുടെ സൂക്ഷ്മഭേദങ്ങളാണ് മുതലാളിത്ത പൊതുമണ്ഡലത്തെ നിർണ്ണയിക്കുന്നത്.) അഭിരുചി രൂപികരണമാണ് ഇവയുടെ പ്രമുഖോദ്ദേശ്യം.

ഇയാൻഫ്ളെമിങ്ങിന്റെ ജയിംസ് ബോണ്ട് നോവലുകളും അവയുടെ അഭ്രാവിഷ്കാരങ്ങളും മൂലധനാഭിരുചികളുടെ പാഠശാലയാകുന്നു. രണ്ടാം ലോകയുദ്ധത്തിനുശേഷം അമേരിക്ക ആവിഷ്കരിച്ച 'ശീത യുദ്ധ' (Cold war) ത്തെ ഇത്രയേറെ തുണച്ച നോവൽ പരമ്പര വേറെ യില്ല. ജയിംസ് ബോണ്ട് പരമ്പരയുടെ ബോധപൂർവ്വമായ അനുകരണ ങ്ങൾ ലോകനോവലിൽ ദൃശ്യമായി. സ്വതന്ത്രവിപണിയോടും (Open market) ഉദാരമാനവത (Liberal humism) യോടുമുള്ള ആഭിമുഖ്യം സോഷ്യലിസ്റ്റു വിരുദ്ധ പ്രചാരണം തുടങ്ങിയ രാഷ്ട്രീയ നിലപാടുകൾ 'ജനപ്രിയരീതി'യിൽ ഫ്ളെമിങ്ങ് വിശദീകരിക്കുന്നു. അതിനനുയോ ജ്യമായ അതിനായക (Super hero) സങ്കല്പവും ജയിംസ് ബോണ്ട് പരമ്പരയുടെ ഉല്പന്നമാണ്.

പാഠ (Text)ത്തിന് ബോധം, അബോധം എന്നിങ്ങനെ രണ്ടു വ്യാവ ഹാരിക തലങ്ങളുണ്ട്. ജനപ്രിയനോവലുകളുടെ പാരായണ സാധ്യത പാഠത്തിന്റെ അബോധത്തിലേക്കുകൂടി വിപുലീകരിക്കപ്പെടുന്നു. പ്രത്യ ക്ഷബോധത്തിലുടെയുള്ള ഉല്ലാസയാത്രയാണ് ജനപ്രിയ നോവലുകൾ പകരുന്ന അനുഭവം. അതിനനുഗുണമായ വിശേഷണങ്ങളും പദചേരുവ കളും പ്രതീകങ്ങളും മിത്തുകളും നോവലിൽ നിറഞ്ഞു നില്ക്കുന്നു. സ്ഥിരം പാറ്റേണുകൾ വ്യത്യസ്ത രീതികളിൽ വിന്യസിപ്പിക്കുകയെന്ന താണ് ഇവയിൽ പ്രയുക്തമാകുന്ന രചനാതന്ത്രം. പുരുഷൻ-സ്ത്രീ-എ തിർസാഹചര്യം എന്ന ത്രികോണവും നന്മ തിന്മ ദ്വന്ദ്വവുമാണ് സ്ഥിരം ഫോർമുലയാകുന്നത്,. മുല്യബോധത്തിൽ പോലും അനാശാസ്യമായ ലളിതവത്കരണത്തിന്റെ പ്രവണതകൾ കടന്നെത്തുന്നു. ബൂർഷ്വാ മാനവത 'ജനപ്രിയമാനവത'യായി (Popular humansim) വെട്ടിച്ചുരു ക്കുന്നത് ഈ ഇടപെടലുകളാണ്. രണ്ട് നോവൽ ഖണ്ഡങ്ങൾ ശ്രദ്ധിക്കാം:

> *(ഒന്ന്) തളിർ ചുണ്ടുകൾ കോടിയപ്പോൾ, കുളിർ നെറ്റി ചുളിഞ്ഞപ്പോൾ, മിനുത്ത കവിളത്തെ നുണക്കുഴിക്ക് ആഴം വർദ്ധിച്ചപ്പോൾ അവളുടെ ചന്തം ഇരട്ടിച്ചു.*
>
> *പെൺകുട്ടിയുടെ ശരീരത്തിന് ചെമ്പകപ്പൂവിന്റെ ഗന്ധമില്ല, ശബ്ദത്തിന് കുയിൽ നാദത്തിന്റെ മാധുര്യമില്ല, എങ്കിലും അവൾ സുന്ദരിയാണ്. ഒന്നിനൊന്ന് പൊരുത്തപ്പെട്ട അവയവങ്ങൾ. തികഞ്ഞ ആരോഗ്യം. ഒരിക്കൽകൂടി നോക്കാൻ ആരെയും പ്രേരിപ്പിക്കുന്ന മുഖലാവണ്യം.*
>
> *നവയൗവനത്തിന്റ ഗോപുരനടയിൽ പ്രകൃതി അണിയിച്ചൊ രുക്കി നിറുത്തിയ കൊച്ചുസുന്ദരിയുടെ വ്യവച്ഛേദക മുദ്ര തി ളക്കമുള്ള വലിയ കണ്ണുകൾ...*
>
> (സുകുമാർ കക്കാട്, 1989 :10).
>
> *(രണ്ട്) നെറുകയിൽ കുത്തനെ മുടികെട്ടിവെച്ചു. ചിമ്മിനി വിളക്കുമായി അകത്തുനിന്നും വന്ന സുമിത്ര അമ്മയുടെ അരി*

കുചേർന്നിരുന്നു. ഇരുട്ടിൽ കോലായയുടെ തൂണുചാരി ഇരിക്കുകയായിരുന്നു സേതു.

സുമിത്രയ്ക്ക് പാറുവമ്മായിയുടെ നിറമാണ്. വെളുത്തിട്ടാണ്. ദേവു മരിച്ചുപോയ രാവുണ്ണിയമ്മാവന്റെ മുറിച്ച മുറിയാണെന്നു പറയുന്നതു കേൾക്കാം, അതുകൊണ്ടുതന്നെ ദേവുവെ കാണുമ്പോൾ ചിരിവരും. എടുത്തുപിടിച്ച വലിയ ചെവികൾ, സംസാരിക്കുമ്പോൾ പതുക്കെ ആടുന്നുണ്ടോ എന്നു സംശയം തോന്നും. കറുത്തു പൊക്കത്തിൽ എല്ലുന്തിയ കൈയിൽ നിറയെ രോമമുള്ള ദേവുവിനെകണ്ടാൽ കഴിഞ്ഞ മഴക്കാലത്ത് വരുച്ചാലിൽ വീണു ചത്ത കൊമ്പിപ്പയ്യിനെയാണ് ഓർമ്മവരിക.

(എം.ടി വാസുദേവൻനായർ, 1987:43)

'കണ്ണുകളിൽ നക്ഷത്രം വളർത്തുന്ന പെൺകുട്ടി' എന്ന നോവലിൽ നിന്നുള്ള ഉദ്ധരണിയാണ് ആദ്യത്തേത്. രണ്ടാമത്തേത് 'കാല'ത്തിൽ നിന്നും. നോവലിന്റെ പേരുകൾ തന്നെ അവയുടെ സ്വഭാവത്തിലേക്ക് ചൂണ്ടുന്നുണ്ട്. സ്ത്രീ കഥാപാത്രങ്ങളെ പരിചയപ്പെടുത്തുന്ന ഖണ്ഡങ്ങളാണ് ഉദാഹരണങ്ങളായി സ്വീകരിച്ചിട്ടുള്ളത്. തളിർചുണ്ടുകൾ, കുളിർനെറ്റി, നുണക്കുഴിയുടെ ആഴം, ശരീരത്തിനു ചെമ്പകപ്പൂവിന്റെ ഗന്ധം. കുയിൽ നാദത്തിന്റെ മാധുര്യം. യൗവനത്തിന്റെ ഗോപുരനട തുടങ്ങിയ പ്രയോഗങ്ങൾ ജനപ്രിയ നോവലുകളുടെ സ്ഥിരം പാറ്റേണുകളിലേക്ക് വായനക്കാരെ കണ്ണിചേർക്കുന്നു. വിശേഷണങ്ങളുടെയും പദചേരുവകളുടെയും പ്രതീകകല്പനകളുടെയും സ്വഭാവനൈരന്തര്യം വായനയെ ഉദാസീനമാക്കുന്നു. സ്ഥിരം പാറ്റേണുകളുടെ വിന്യസനത്തിൽ, 'പെൺകുട്ടിയുടെ ശരീരത്തിന് ചെമ്പകപ്പൂവിന്റെ ഗന്ധമില്ല', 'ശബ്ദത്തിന് കുയിൽ നാദത്തിന്റെ മാധുര്യമില്ല' എന്നിങ്ങനെ നിഷേധവാക്യങ്ങളുപയോഗിച്ച് നേരിയ മാറ്റം വരുത്തുന്നു. അതുതന്നെയും പുനർരൂപികരണ (restruring) ത്തിനു സഹായകമായ 'നിഷേധ'മായി വികസിക്കുന്നില്ല.

സമീപഭൂതകാലത്തെ മികച്ച നോവലുകളിലൊന്നായ 'കാല'ത്തിൽ സുമിത്രയെ പരിചയപ്പെടുത്താൻ താരതമ്യമാർഗമാണ് എം.ടി ഉപയോഗിക്കുന്നത്, സേതു തന്റേയും ദേവുവിന്റെയും സമീപത്തു നിർത്തിയാണ് സുമിത്രയുടെ സൗന്ദര്യം അറിയുന്നത്. ശബളിമയാർന്ന വിശേഷണപദങ്ങളോ നിറമറ്റ പ്രതീക കല്പനകളോ ആഖ്യാനത്തിൽ പ്രവേശിപ്പിക്കുന്നില്ല, അഴിച്ചിട്ട മുടി വർണിക്കുന്നതിനു പകരം' നെറുകയിൽ കുത്തനെ കെട്ടിവെച്ച മുടി'യെക്കുറിച്ചെഴുതുമ്പോൾ എം.ടി സാമ്പ്രദായിക സൗന്ദര്യകല്പനയോടു വിട പറയുകയാണ്. 'സുമിത്രയ്ക്ക് പാറുവമ്മായിയുടെ നിറമാണ്' എന്നു മാത്രമാണ് സുമിത്രയുടെ സൗന്ദര്യത്തെക്കുറിച്ച് നോവലിസ്റ്റ് എഴുതുന്നത്. തുടർന്ന് ദേവുവിന്റെ സൗന്ദര്യത്തിൽ എതിർധ്രുവം കാണിച്ചു തരുമ്പോൾ നമുക്കുമുന്നിൽ തെളിമയാർന്നു നിൽക്കുന്നത് സുമിത്രയുടെ രൂപമാണ്. നോവലിന്റെ അബോധത്തെക്കൂടി നാം ആർജിച്ചു അറിവുകളുടെ ഏകക (Unit)

ങ്ങളുപയോഗിച്ച് കണ്ടെത്തേണ്ടിവന്നു.

ജനപ്രിയ നോവലുകൾ അബോധത്തിന്റെ സാഫല്യത്തിലേക്കു വികസിക്കുന്ന അപൂർവ്വം അവസരങ്ങൾ കാണുകയില്ലെന്ന ഇവിടെ അർത്ഥമാക്കുന്നില്ല. അത്തരം ഒരവസരം വീണുകിട്ടിയതുകൊണ്ട് നമുക്ക് ആഹ്ലാദം കൊള്ളാനുമാവില്ല. രചനയിൽ പൊതുവെ, പുലർത്തുന്ന സമീപനമാണ് പ്രധാനം. വ്യക്തിയുടെ ആന്തരിക സമൃദ്ധിയിലേക്ക് ആഴ്ന്നിങ്ങാത്ത വിചാരവികാരങ്ങളുടെ വേരുകൾ അന്വേഷണത്തിന്റെ നിഷ്ഫലതയെക്കുറിക്കുന്നു. ഉപരിതലാനുഭവങ്ങളിൽ ചുറ്റിക്കറങ്ങുന്ന പാരായണം, ബഹുതല സ്പർശിയായ ബൂർഷ്വാമാനവതയെ 'ജനപ്രിയഘടന'യിലേക്കു വെട്ടിച്ചുരുക്കുന്നു, ഉപഭോകതൃസമൂഹത്തിന്റെ നിരവധി നിയോഗങ്ങളിലൊന്നായി ഇതു വായനക്കാരെ വേട്ടയാടുന്നു.

> *''സമകാല രാഷ്ട്രീയ സംഭവങ്ങളോടുള്ള പൊതുപ്രതികരണം സ്വാഭാവികവും ഒഴുക്കിനനുകൂലവും ആക്കിത്തീർക്കാൻ ഉദ്ദേശിച്ചുകൊണ്ടുള്ള പ്രത്യയ ശാസ്ത്ര പിൻബലം ജനപ്രിയ സാഹിത്യത്തിനുണ്ട്. പൊതുബോധത്തിൽ ആഴത്തിൽ പതിഞ്ഞിട്ടുള്ള മിത്തുകളും സങ്കല്പനങ്ങളും ഇതിനു പ്രയോജനപ്പെടുത്തുന്നു.''*

നിലനിൽക്കുന്ന ഭരണകൂട പ്രത്യയശാസ്ത്രത്തെ ജനപ്രിയസാഹിത്യം എങ്ങനെ പുനരാവിഷ്കരിക്കുന്നു എന്നതിലേയ്ക്ക് വിരൽ ചൂണ്ടുന്ന ദക്ഷിണാഫ്രിക്കൻ വിമർശകനായ ഡി.എം. ബ്രൗണിന്റെ ഈ അഭിപ്രായം.'' ആധുനിക ദക്ഷിണാഫ്രിക്കൻ നോവലുകളുടെ ആഖ്യാന കൗശലം പരിശോധിക്കുമ്പോൾ ജോൺ എ. സ്റ്റോസ്ബറി (Giddings 1991:132) എടുത്തു ചേർത്തിട്ടുണ്ട്. ജയിംസ് ബോണ്ട് പരമ്പരകൾ പോലുള്ള ജനപ്രിയ നോവലുകളും അവയുടെ സിനിമാപതിപ്പുകളും ആസ്വാദനം ഉദാസീനമാക്കുന്ന കുറ്റകരമായ ലളിതവത്കരണം നടത്തിക്കൊണ്ടിരിക്കെ, ദക്ഷിണാഫ്രിക്കയിൽ വർണവിവേചനത്തിനും ലാറ്റിനമേരിക്കയിൽ കോളനിവത്കരണത്തിനും ഇതര മൂന്നാം ലോക ദേശങ്ങളിൽ ദേശീയ സംസ്കാര നിരാസങ്ങൾക്കുമെതിരെ പ്രതിബോധത്തിന്റെ വാങ്മയ പ്രതിരോധമായി മാറുകയായിരുന്നു നോവൽ.

നോവലും ദേശീയ സംസ്കാരവും

ദേശീയതകൾ രൂപപ്പെട്ടു തുടങ്ങിയപ്പോഴേ സാമ്രാജ്യത്വ മൂലധനത്തിന്റെയും ഉല്പന്നങ്ങളുടെയും ഭീഷണി മിക്ക മൂന്നാം ലോക ദേശങ്ങൾക്കു മുകളിലും തൂങ്ങിനിന്നിരുന്നു. ജീവിതരീതിയും അഭിരുചിയും നിയന്ത്രിക്കാനാവും വിധം സാമ്രാജ്യത്വ മൂലധനത്തിന്റെ കൗശലം മൂന്നാം ലോകത്തെ മാറ്റി മറിച്ചു. ദേശീയ സംസ്കാരത്തിന്റെ അടിയൊഴുക്കുകൾപോലും ഈ ഇടപെടലിനു വിധേയമായിട്ടുണ്ട്. ഒരേ സമയം. ചരിത്രത്തിന്റെ ഉല്പന്നവും ചാലകോർജ്ജവുമായ സംസ്കാരം ഭൂതകാലത്തെ സംബന്ധിച്ച് ഒരു മിഥ്യാവബോധമായി

പരിണമിച്ചത് മത പുനരുത്ഥാന രാഷ്ട്രീയത്തോടൊപ്പം സാംസ്കാരിക കോളനീകരണത്തിന്റെയും ഫലമായാണ്. ദേശീയ സംസ്കാരങ്ങളുടെ ഈ നിരാസം സാമ്രാജ്യത്വത്തിന്റെ അഭിരുചി സംസ്കരണത്തിന്റെയും (ഉദാ: cold war) സംസ്കാര വ്യവസായ (Culture industry) ത്തിന്റെയും പ്രയോഗപദ്ധതികളിലേക്ക് വിരൽചൂണ്ടുന്നു. (അതിവൈകാരികാവിഷ്കരണവും കുറ്റകരമായ ലളിതവത്കരണവും നിർവഹിച്ച ജനപ്രിയ നോവലുകൾക്കൊപ്പം അരാജകാശയങ്ങളുടെ കപട ഗൗരവത്തിൽ രംഗ പ്രവേശം ചെയ്ത, 'കൂട്ടം തെറ്റിമേയുന്ന' നോവലുകളും സാമ്രാജ്യത്വതാൽപര്യങ്ങളുടെ മലയാള പകർപ്പുകളാണ്). ഇവയ്ക്കെതിരായ സാംസ്കാരിക ദേശീയ മുന്നേറ്റങ്ങളുടെ അലകൾ നോവലിൽ കരുത്താർജിച്ചിട്ടുണ്ട്. സമീപകാല മൂന്നാം ലോക നോവലുകൾ ഈ അനുഭവത്തിന്റെ സാക്ഷ്യപത്രങ്ങൾ കൂടിയാകുന്നു. അധികാരരൂപങ്ങളിൽ വന്ന മാറ്റം സാംസ്കാരികാവസ്ഥകളെ എങ്ങനെ നിർണയിച്ചിട്ടുണ്ടെന്നും ഇവ വെളിപ്പെടുത്തുന്നു.

ഇതേ സമയം സാംസ്കാരിക ദേശീയതയുടെ ആന്തരിക വൈരുധ്യവും ശ്രദ്ധിക്കേണ്ടതുണ്ട്. സമ്പന്നമായ സംസ്കാരികപാരമ്പര്യത്തെക്കുറിച്ച് പൊതു ബോധത്തിൽ ഉറച്ചുപോയ ധാരണകൾ ഉപരിവർഗ കാഴ്ചകളാണ്. സംസ്കാരം ബാഹ്യലോകവുമായുള്ള മനുഷ്യന്റെ ഇടപെടലുകളുടെ ആകത്തുകയാണെങ്കിലും മേൽക്കൈ പുലർത്തിയ വ്യക്തികളും ദർശനങ്ങളും മുന്നേറ്റങ്ങളും മാത്രം പൊതുബോധത്തിൽ ഉദാത്തവത്കരിക്കപ്പെടുന്നു. അധീശവർഗത്തിന്റെ ആചാരങ്ങളും അനുഷ്ഠാനങ്ങളും ഇതര ശീലങ്ങളും സാമാന്യമായ അംഗീകാരം നേടുകയും കീഴാളരുടെ ജീവിതവും സംസ്കാരവും തമസ്കരിക്കുവാനുള്ള പ്രത്യയശാസ്ത്ര മർദ്ദനോപാധികളായി പ്രവർത്തിക്കുകയും ചെയ്യുന്നു. ദേശീയ സംസ്കാരത്തിലെ ഈ വൈരുധ്യങ്ങൾ ബോധത്തിന്റെ സമസ്തരൂപങ്ങളിലും അവയുടെ ഇടപെടലുകളിലും മുദ്രിതങ്ങളാകുന്നുണ്ട്. 'എതിർവിചാരങ്ങ'ളുടെ വക്താവായ (പ്രതിബോധ) എഴുത്തുകാരൻ ഇവയിലെല്ലാം പടർന്നുകയറുന്ന അധികാരത്തിന്റെ അദൃശ്യമായ സിരാപടലം കണ്ടെടുക്കുന്നു. രചനാവേളയിൽ വ്യവസ്ഥാവിരുദ്ധ വിചാരമായി, ഭാഷയിലും ഭാവനയിലുമുള്ള കലാപമായി, അതിഭൗതികാനുഭവങ്ങളായി, വൈരുധ്യങ്ങളുടെ ആവിഷ്കാരമായി അയാളുടെ പ്രതിഷേധം മുളയെടുക്കുന്നു. മലയാള നോവലിലെ ഈ കാഴ്ചകൾ കാണുക:

> *(ഒന്ന്) "പ്ലാറ്റുഫോറം പിന്നിട്ടുപോയി. പാടലീപുത്രം, ഗംഗ, ബലിയാടുകളുടെ വക്താവായ ബുദ്ധൻ ഈ ഗംഗാതീരങ്ങളിൽ ഒരു നേരത്തെ ആഹാരം യാചിച്ചു നടന്നു. ഗംഗ, ദേവിക്കു ബലി കൊടുത്ത മനുഷ്യന്റെ ശവം ഈ ഗംഗയിൽ ഒഴുകുന്നു, ഗംഗയിൽ മുങ്ങിയ കബന്ധം വിശുദ്ധിപൂണ്ട് പണ്ടാരവകയായി മാറുന്നു. അളിഞ്ഞ ശവം അടിഞ്ഞുകൂടി നാറുന്ന കടവുകളിൽ ഇറങ്ങിമുങ്ങി ഭക്തർ പാപം കഴുകുന്നു. രോഷമാർന്ന തീവണ്ടി പാലം അമർത്തിക്കുലുക്കി നദിക്കു മീതെ അലറിക്കുതിച്ചു."*

(കോവിലൻ 1969 :17)

(രണ്ട്) "അന്നു രാത്രി തീവണ്ടിയിലിരുന്നുകൊണ്ട് പ്രേം ജനലിൽക്കൂടി വെളിയിലേക്കു നോക്കി. ആകാശത്തിൽ അപ്പോഴും നക്ഷത്രലക്ഷങ്ങൾ പ്രകാശിച്ചുകൊണ്ടിരുന്നു, മിന്നിത്തിളങ്ങുന്ന ഒരു സദസ്സുപോലെ കോട്ടകളും കൊട്ടാരങ്ങളും പിന്നിട്ടുപോയിരിക്കുന്നു. കീർത്തി സ്തംഭങ്ങളും ജൈനമന്ദിരങ്ങളും . ഇതെല്ലാം നിരർത്ഥകമാണ്. മനുഷ്യന്റെ വിഡ്ഢിത്തം. ഭൂതകാലത്തിന്റെ ആഴത്തിൽ ഇറങ്ങിത്തിരയുമ്പോൾ നാം പലപ്പോഴും വർത്തമാനകാലത്തിന്റെ യാഥാർത്ഥ്യം മറന്നു പോകുന്നു."

(ആനന്ദ് 1987 :198).

രണ്ട് തീവണ്ടിക്കാഴ്ചകളാണ് നാം കണ്ടത്. കാലത്തിനു മുകളിൽ പ്രവഹിക്കുന്ന സമാന്തരകാലമാകുന്നു ഇവിടെ തീവണ്ടി. ഒന്നാം യാത്രയിൽ താഴെയുള്ളത് ഒഴുകുന്ന ഗംഗയും യാചിച്ചലയുന്ന ബുദ്ധനും പാപപരിഹാരം തേടുന്ന ഭക്തരുമാണ്. മുകളിലെ തീവണ്ടി ജീവനുള്ള മനുഷ്യരുടെ പ്രവാഹമാണ്. ഗംഗ മൃതദേഹങ്ങൾ ഒഴുക്കിയും ബുദ്ധൻ ഒരു ജീവനൊടുക്കിയും ഭക്തർ പാപം കഴുകിയും വിശുദ്ധി നേടുമ്പോൾ തന്നെത്തന്നെ കണ്ടെടുക്കാനാവാതെ പോകുന്ന സമകാലമനുഷ്യന്റെ ദുരന്തപൂർണമായ സങ്കീർണതകൾ 'താഴ്‌വരകളി'ൽ നിറയുന്നു. വിശുദ്ധ ഗംഗ/മൃതദേഹങ്ങളെ വഹിക്കുന്നു ഗംഗ, അഹിംസയുടെ വക്താവായ ബുദ്ധൻ/ ബലിനൽകുന്ന ബുദ്ധൻ,ഭക്തർ/ ശവം അളിഞ്ഞ ഗംഗയിൽ മുങ്ങി പാപമകറ്റുന്ന ഭക്തർ എന്നിങ്ങനെയുള്ള വൈരുധ്യങ്ങൾ ഫ്യൂഡൽ ജീവിതത്തിന്റെയും മുല്യബോധത്തിന്റെയും വാങ്മയപരിഛേദത്തിന് തുടിപ്പുകൾ നൽകുന്നു. ദേശീയ പാരമ്പര്യത്തെ നിശിതമായ വിചാരണയ്ക്കു വിധേയമാക്കുക വഴി നവീനമായ ഒരു സാംസ്കാരികാവബോധത്തിലേക്കു വികസിക്കുന്ന പാരായണ സാധ്യത കോവിലൻ തുറന്നുവയ്ക്കുന്നു.

ആനന്ദിന്റെ തീവണ്ടിക്കാഴ്ചയും ഇതിന്റെ തുടർച്ചയാകുന്നു. കോട്ടകളും കൊട്ടാരങ്ങളും കീർത്തി സ്തംഭങ്ങളും ജൈനമന്ദിരങ്ങളും പിറകിലേക്കു ഓടി മറയുന്നു.പോയ തലമുറകൾ നക്ഷത്രവീര്യമാർന്ന ഒരു സദസ്സായി പ്രേമിനു മുന്നിൽ തെളിഞ്ഞുവന്നു. അടുത്ത നിമിഷം അതു രത്നഖചിതമായ ഒരു കൊട്ടാരമായി രൂപപ്പെടുന്നു. 'കൊട്ടാരം' അധികാരസ്തൂപമായി നിവർന്നു നിൽക്കുമ്പോൾ 'സദസ്സ്' ഭരണിയരുടെ രൂപകമാകുന്നു. പിന്നിട്ട കോട്ടകളും കൊട്ടാരങ്ങളും കീർത്തിസ്തംഭങ്ങളും ജൈനമന്ദിരങ്ങളും അധികാരത്തിന്റെ ഈ ദ്വന്ദ്വത്തിനു കീഴിലാണു തെളിയുന്നത്.

ഈ രണ്ടു ഇന്ത്യൻ സ്കെച്ചുകളിലും ദേശീയ സംസ്കാരത്തിൽ നിന്ന് മുറിച്ചുമാറ്റപ്പെടുന്ന നവീന മനുഷ്യന്റെ ഉത്ക്കണ്ഠകൾ തെളിഞ്ഞുകാണാം. സമകാലികമനുഷ്യന്റെ അസ്വാസ്ഥ്യങ്ങളിൽ കോർത്തു കിടക്കുന്ന മഹത്തായ ഭൂതകാലസംസ്കാരത്തിന്റെ ദൃശ്യങ്ങളാണ്

ബുദ്ധനും ഗംഗയും പാടലീപുത്രവും കീർത്തിസ്തംഭവും ജൈനമന്ദിരങ്ങളുമെല്ലാം. അഹിംസയ്ക്കൊപ്പം ബലിയും വിശുദ്ധിയ്ക്കൊപ്പം പാപവും കാണുന്ന കോവിലന്റെ യാത്രക്കാരനിൽനിന്ന് ആനന്ദിന്റെ പ്രേമിലെത്തുമ്പോൾ ഈ വൈരുധ്യങ്ങൾക്കിടയിൽ സംരക്ഷിക്കപ്പെട്ട അധികാരത്തിന്റെ സ്വഭാവ രഹസ്യം കൂടി വെളിപ്പെടുന്നു. മത്സരാധിഷ്ഠിതമായ ജീവിതത്തിന്റെ ഗതിവേഗമാർന്ന, ഭ്രാന്തമായ അവസ്ഥയുടെ രൂപകം കൂടിയാണല്ലോ തീവണ്ടി. ആ തീവണ്ടിയിൽ യാത്രചെയ്യുന്നവന് സ്മൃതിചിത്രങ്ങളേൽപ്പിക്കുന്ന വിഭ്രമം വർത്തമാനകാല ഇന്ത്യനവസ്ഥയാകുന്നു.

> *''താനും ഈ വിധം ഒരു വണ്ടിക്കാണ് വന്നിറങ്ങിയതെന്ന് വിശ്വം ഓർത്തു. തറയ്ക്കുന്ന നിറങ്ങൾ ഉരസലുകൾ, ഞെരക്കങ്ങൾ. ചാട്ടവാറടികൾ ഇവയുടെ ഒരു കോലാഹലമായിരുന്നു. ഹൃദയത്തിൽ അപശ്രുതിയോടുകൂടിയ ഒരു വാദ്യമേളം ഉച്ചസ്ഥായിയായി നിൽക്കുകയായിരുന്നു. വണ്ടി തന്നെയും വലിച്ചുപായുകയാണ്. പക്ഷെ, താൻ പായുന്നുവെന്നാണ് തോന്നിയത്.''*
>
> (ഉറൂബ് 1971:232)

നഗരവത്കരണത്തിന്റെ കേരളീയാനുഭവം എത്ര പരുക്കനായിരുന്നുവെന്ന് ഈ തീവണ്ടിയാത്രയും നമ്മെ ബോധ്യപ്പെടുത്തുന്നു. ഓടുന്നത് തീവണ്ടിയല്ല താൻ തന്നെയാണെന്ന് വിശ്വത്തിനറിയാം. അനുഭവങ്ങളെല്ലാം ഇവിടെ ഉച്ചാവസ്ഥയിലാണ്. നിറങ്ങൾ തറയ്ക്കുന്നവയാണ്. ശബ്ദങ്ങൾ അലറുന്നവയാണ്. പിന്നെ ഉരസലുകളും ഞെരക്കങ്ങളും ചാട്ടവാറടികളും ഇവയ്ക്ക് അകമ്പടിയാകുന്നു. ശ്രുതി തെറ്റിയ വാദ്യമേളവും ഉച്ചാവസ്ഥയിലാണ്. കഠിനാനുഭവങ്ങളുടെ വന്യതയും തീക്ഷ്ണതയും വംശസ്മൃതികളിലേക്ക് ഉണർത്താൻ പര്യാപ്തമാണ്. വേരറ്റുപോകുന്ന ദ്രാവിഡഗോത്രസ്മൃതികളുടെ ഈ അബോധസാന്നിധ്യം സമകാല വിഭ്രാന്തികളെ ജയിക്കാൻ വിശ്വത്തിന് തുണയാകുന്നു.

ഉദ്ധരിച്ച നോവൽ ഖണ്ഡങ്ങളുടെ മറ്റൊരു പ്രത്യേകത പാഠത്തിന്റെ ബോധത്തിലൂടെയുള്ള ഏതൊരു യാത്രയും അബോധത്തിലേക്കു വഴുതിപ്പോകുന്നു എന്നതാണ്. വിശുദ്ധഗംഗ, ബുദ്ധൻ എന്നീ മിത്തുക്കൾ പരമ്പരാഗത അർത്ഥത്തിൽ നിന്നു വിഛേദിക്കപ്പെടുന്നത് പ്രയോഗസന്ദർഭത്തിന്റെ സവിശേഷതകൊണ്ടാണ്. വിശുദ്ധിയും പാപവും, അഹിംസയും ബലിയും ഇടകലരുമ്പോൾ പൊതു ബോധത്തിന്റെ സദാചാര തത്ത്വചിന്താനിയമങ്ങളിൽ വിള്ളലുകൾ വീഴുന്നു. 'കൊട്ടാര'വും 'സദസ്സും' മാത്രം തെളിഞ്ഞു വരികയും കീർത്തി സ്തംഭങ്ങളും ജൈനക്ഷേത്രങ്ങളും പിറകിൽ മറയുകയും ചെയ്യുന്നതാണ് വർത്തമാനകാല യാഥാർത്ഥ്യം 'ഭൂതകാലത്തിന്റെ ആഴത്തിൽ ഇറങ്ങിത്തിരയുമ്പോൾ നാം മിക്കപ്പോഴും വർത്തമാന യാഥാർത്ഥ്യം മറന്നുപോകുന്നു'

വെന്ന് ആനന്ദ് അറിയുന്നു. ആ മറവിയിലാകട്ടെ, കീർത്തി സ്തംഭങ്ങളും ജൈനക്ഷേത്രങ്ങളും മാത്രം കാണുകയും 'കൊട്ടാര'ത്തെയും 'സദസ്സി'നെയും മറന്നു പോകുകയും ചെയ്യുന്നു. പൊതുബോധത്തിലെ ഈ 'മായാജാലം' വിചാരണചെയ്യപ്പെടുമ്പോഴാണ് ആനന്ദിന്റെയും കോവിലന്റെയും നോവലുകൾ പ്രതിബോധത്തിന്റെ പാഠമായി വികസിക്കുന്നത്, 'എന്തുവരവാണ് വന്നതെ'ന്ന് അത്ഭുതം ജനിപ്പിക്കും വിധമുള്ള യാത്രയിൽ 'വിശ്വത്തിൽ നിറഞ്ഞുനിന്നത് അലറുന്ന ശബ്ദങ്ങളും തറയ്ക്കുന്ന നിറങ്ങളും ചാട്ടവാറടികളുമാണല്ലോ. കണ്ണും കാതും കൊട്ടിയടച്ച് ലളിതമായ കാഴ്ചകളിലേക്ക് ഒതുങ്ങാൻ ഉറൂബിനും സാധിക്കുന്നില്ല.

തന്നിലെ സാഹസികനായ അന്വേഷകനെ ഉണർത്തിയെടുക്കാത്ത ഒരെഴുത്തുകാരനും ബോധത്തിനപ്പുറത്തേക്കു കാണാനാവുകയില്ല. അയാൾ ഉത്പാദിപ്പിക്കുന്ന ജനപ്രിയ രചനകൾ പ്രചാരണ സാഹിത്യത്തിന്റെ ദൗത്യം മാത്രമേ നിർവഹിക്കുന്നുള്ളു. അധികാരത്തിന്റെയും പൊതുബോധത്തിന്റെയും ഒരു ഉപസ്ഥാപനമായി -ഏജന്റായി- പ്രവർത്തിക്കാനാണ് അവയുടെ നിയോഗം. പ്രതിബോധ നോവലുകളാകട്ടെ സ്ഥലകാലങ്ങളുടെ പുനർ രൂപികരണത്തിലൂടെ സകല വിധ സ്ഥാപനങ്ങൾക്കുമെതിരായ കലഹമായി സ്വയം വെളിപ്പെടുന്നു.

1992

നോവലും തൊഴിലാളിവർഗ സംസ്കാരവും

തകഴിയുടെ 'രണ്ടിടങ്ങഴി'യും ചെറുകാടിന്റെ മണ്ണിന്റെ മാറി'ലും എ.പി. കളയ്ക്കാടിന്റെ 'സംക്രാന്തി'യും മലയാള നോവലിൽ വേർതിരിഞ്ഞു നൽക്കുന്നത് അവ കേരളീയ കാർഷിക ജീവിതത്തിന്റെ പരിഛേദങ്ങളായതുകൊണ്ടുമാത്രമല്ല; വ്യത്യസ്തമായ പ്രത്യയശാസ്ത്രത്തിന്റെയും സൗന്ദര്യ ശിക്ഷണത്തിന്റെയും ഉത്പന്നങ്ങളായതുകൊണ്ടു കൂടിയാണ്. വായനയിൽ നമ്മോടു സംവദിക്കുന്ന ഇവയുടെ കർത്താക്കൾ തികഞ്ഞ വർഗപക്ഷപാതികളാണ്. സാമ്പ്രദായിക വായനാക്രമത്തിലും മൂല്യബോധത്തിലുമുണ്ടായ വിപ്ലവാത്മകമായ ചുവടുമാറ്റം സാമൂഹിക രാഷ്ട്രീയ രംഗങ്ങളിലെ വർഗസമരത്തിന്റെ ഉപലബ്ധിയാണ്, ഈ മൂല്യപരിസരവും സംഘർഷവും സ്വാധീനിച്ചവയാണ് മലയാളത്തിലെ രണ്ടാംഘട്ട നോവലുകൾ. ഇതു സൂചിപ്പിക്കുന്നത് മലയാളത്തിൽ അദ്ധ്വാനവർഗമോ വർഗസമരത്തിന്റെ മൂല്യസംഘർഷമോ പരാമർശിക്കാത്ത മുഖ്യധാരാനോവലുകൾ ഉണ്ടായിട്ടില്ലെന്നാണ്. ഇതിനുകാരണം. 'ചുവന്ന മുപ്പതുകളോ'ടെ രൂപം കൊണ്ടു തുടങ്ങിയ കേരളീയ പൊതുബോധത്തിലെ പ്രതിവ്യവഹാരങ്ങളാണ്. അവ ഇന്നും നമ്മുടെ പൊതു ബോധത്തിന് ഊർജ്ജമേകുന്ന കേരളീയ മാതൃകകളാകുന്നു.

പാരീസ് കമ്യൂണോടെ ലോക ശ്രദ്ധ പിടിച്ചുപറ്റിയ പുതിയ വർഗം, ഭിന്നമായ ദർശനത്തിന്റെയും സൗന്ദര്യശിക്ഷണത്തിന്റെയും തീക്ഷ്ണവേഗമായി പൊതുബോധത്തിൽ നിർണായക ഇടപെടലുകൾ നടത്തി

യതും ഈ നൂറ്റാണ്ടിലാണ്. നോവലിൽ തൊഴിലാളിജീവിതവും വർഗ സമരവും നേരത്തെ ആവിഷ്കൃതമായിട്ടുണ്ടെങ്കിലും തൊഴിലാളി വർഗസാഹിത്യം ജീവത്തായ സാഹിത്യശാഖയായത് മുപ്പതുകളോടെ യാണ്. ഇംഗ്ലീഷ് സാഹിത്യത്തിൽ ഈ ശതകത്തിലെ ഏറ്റവും പ്രധാന സാംസ്കാരിക മുന്നേറ്റമുണ്ടായത് അമ്പതുകളിലെയും അറുപതുകളി ലെയും അദ്ധ്വാനവർഗ സംസ്കാര സ്ഫോടനത്തിലൂടെയായിരുന്നു വെന്ന് മേരി ഈഗിൾടന്നും ഡേവിഡ് പിയേഴ്സും ഒരു പഠനത്തിൽ വിശദമാക്കുന്നു (Eagelton, Marry 1979). പതിനാറാം ശതകം തൊട്ടുള്ള ഉത്പാദന ശക്തികളുടെ വളർച്ച റോബിൻസൺക്രൂസോയിലുണ്ട്. ബൽസാക്കും റിച്ചാഡ്സണും അദ്ധ്വാനവർഗജീവിതം ആവിഷ്കരിച്ചു. ജനങ്ങളുടെ ദുരിതങ്ങളും കീഴ്പെടലുകളും അവരെ എങ്ങിനെ വിപ്ല വോന്മുഖരാക്കുന്നുവെന്ന് ലിയോ ടോൾസ്റ്റോയിയും ഡോസ്റ്റോവ് സ്കിയും റഷ്യൻ സമൂഹത്തിന്റെ പുനർ നിർമ്മാണത്തിലൂടെ മാതൃ കയായി. സാഹിത്യാവബോധത്തിൽ കടന്നുകയറിയ ഈ ഭിന്നവായനകൾ സഫലമായ ഒരു സാഹിത്യ സ്വരൂപമാർന്നതും പുരോഗമനാത്മകമായ ഒരു സാംസ്കാരിക ഇടപെടലായതും ഈ ശതകത്തിലാണ്.

വ്യവസ്ഥാപക്ഷ രചനകളിൽ ഒളിഞ്ഞു നിന്ന കീഴാളർ നവീന വാ യനയിൽ പുറത്തു ചാടുന്നു സ്വത്വനിരാസത്തിന്റെ അബോധമുദ്രകളായി പല രചനകളിലും അദ്ധ്വാനവർഗസാന്നിധ്യമുണ്ട്. ഇവ ആധിപത്യ പ്രത്യയശാസ്ത്രത്തിന്റെ സ്വഭാവം, ഉത്പാദനബന്ധങ്ങളിൽ വരുന്ന മാറ്റം, വർഗ്ഗസമരനില തുടങ്ങിയ സുക്ഷ്മനേരുകളെ കണ്ടെത്തിയുള്ള ആവിഷ്ക്കാരമായി മാറിയപ്പോഴാണ് തൊഴിലാളിവർഗ നോവലുകൾ പിറവിയെടുത്തത്.

ഓരോ കാലത്തെയും ജനപ്രിയ നോവലുകൾ അതതു കാലത്തെ വ്യവസ്ഥാവ്യൂഹത്തെ സംരക്ഷിക്കുകയും പുനർനിർമ്മിക്കുകയും ചെയ്യുന്ന സാംസ്കാരിക സ്ഥാപനങ്ങളാണ്. മുതലാളിത്ത പൊതുമ ണ്ഡലത്തിന് സാധുകരണവും പ്രചാരണവും നേടുകയാണ് ഇവയുടെ ദൗത്യം. അതിനനുയോജ്യമായ ഒരു ജനപ്രിയ മാനവതാദർശനം ഈ കൃതികളുടെ കൊടിയടയാളമാകുന്നു. അധികാരഘടനയുടെ ഉപരി സ്ഥാപനങ്ങളായ മതം, സദാചാരം, നിയമം തുടങ്ങിയ ബോധരൂപങ്ങളുടെ നിയമങ്ങളാണ് ഈ ധാരയെ നിർണയിക്കുന്നത്. ഉദാസീനവായനയ്ക്ക് സാമൂഹികകാംഗീകാരം നൽകുന്ന ജനപ്രിയസാഹിത്യം സാമൂഹിക മാറ്റത്തെ തടസ്സപ്പെടുത്തുന്നുണ്ടെന്ന് പ്രതിരോധനോവലുകളെപ്പറ്റി പഠിക്കുമ്പോൾ ലിയോനാഡ് ജെ.ഡേവിസ് (Davis 1987) ചൂണ്ടിക്കാ ണിക്കുന്നു.

രാഷ്ട്രീയവും സാംസ്കാരികവുമായ ഒരു പ്രതിവ്യവഹാരത്തിലൂടെ പൊതുബോധത്തെ അട്ടിമറിക്കേണ്ടത് വ്യവസ്ഥാവിരുദ്ധസമരത്തിന്റെ ഭാഗമെന്ന നിലയിൽ അനിവാര്യമാകുന്നു. ഈ ദൗത്യം ഏറ്റെടുക്കു മ്പോഴാണ് അധികാരവ്യൂഹത്തിന്റെ ഉപരിസ്ഥാപനങ്ങളെ നിഷ്കരുണം

ആക്രമിക്കുന്ന പ്രതിബോധ സ്വരൂപങ്ങളായി നോവലുകൾ വളരുന്നത്. ഭാഷയുടെയും ദർശനത്തിന്റെയും പതിവു പ്രവണതകൾ തെറ്റിച്ചുകൊണ്ടാണ് രചനയിലെ ഈ എതിർമുഖം പ്രവർത്തിക്കുന്നത്. 'നോവൽ ആയുധമാകുന്നത് രാഷ്ട്രീയ ലഘുലേഖയിൽ സൂചിപ്പിക്കാറുള്ള പരുക്കൻ അർത്ഥത്തിലല്ല.' എന്നും 'ജനനത്തിലും ആരോഗ്യകരമായ വളർച്ചയിലും പുതിയ മനുഷ്യനെ കണ്ടെടുക്കാൻ ശക്തവും ഭാവനാത്മകവുമായ ആയുധമായി നോവൽ പ്രവർത്തിച്ച അതേ രീതിയിൽ തന്നെയാണെന്നും' റാൽഫ് ഫോക്സ് എഴുതുന്നു. ഇത് അല്പം വിപുലികരിക്കേണ്ടതുണ്ട്. നവോത്ഥാന മൂല്യസങ്കല്പങ്ങളുടെ സൃഷ്ടിയാണ് നോവൽ. ജനാധിപത്യം, മാനവത തുടങ്ങിയ മൂല്യസങ്കല്പനങ്ങളാണ് ഇതിന്റെ ജീവധാര. സാധാരണ ജനജീവിതം നോവലുകളുടെ പ്രമേയമാകുന്നത് അങ്ങനെയാണ്. എങ്കിലും നവോത്ഥാനകാല നോവലുകളിൽ പലതിലും വൈയക്തി കസാധ്യതകൾ അടഞ്ഞുകിടക്കുയായിരുന്നു. കഥാപാത്രങ്ങൾക്ക് ആന്തരിക ജീവിതമുണ്ടായിരുന്നില്ല. അനുഭവങ്ങളെപ്പറ്റിയോ പ്രേരണകളെപ്പറ്റിയോ വിശകലനം ചെയ്യാനും ആദ്യമെന്നും ഈ നോവലിസ്റ്റുകൾ ശ്രമിച്ചില്ല. 'എന്തുകൊണ്ട് എന്നതിനേക്കാൾ എങ്ങനെയെന്ന് അന്വേഷിക്കാനാണ് അവർ ശ്രദ്ധിച്ചതെന്നു, നിരീക്ഷിച്ച റാൽഫ് ഫോക്സ്(Novel and the people)നവോത്ഥാനമൂല്യങ്ങൾ നോവലിൽ പതുക്കെപ്പതുക്കെ വരുത്തിയ വിപ്ലവാത്മകമായ മാറ്റങ്ങൾ വിശദീകരിക്കുന്നുണ്ട്. പേരും മുദ്രയുമില്ലാതിരുന്ന കീഴാളന് സ്വത്വബോധം നൽകി പുതിയ മനുഷ്യനാക്കാൻ അത് നോവലിനെ ഭാവനാത്മകമായ ആയുധമാക്കി. പുതിയ മൂല്യപരിസരം നേവലിനെ എങ്ങനെ സായുധമാക്കണം എന്ന നിർദ്ദേശം കൂടിയാണിത്.

ഭൗതികോത്പാദനരംഗത്തെ കുതിച്ചുകയറ്റം മുതലാളിത്ത മൂല്യസങ്കല്പനങ്ങളെ സമ്പന്നമാക്കി, വ്യക്തിയുടെ 'അഹംബോധ'ത്തെയും അതു ജ്വലിപ്പിച്ചു. സൂക്ഷ്മമായ ഒരു അധികാര സ്ഥാപനമായി 'അഹം' എങ്ങനെ പരിണമിക്കുന്നുവെന്നും സമൂഹത്തിന്റെ മിനിയേച്ചറായ വ്യക്തിലോകം എങ്ങനെ പ്രവർത്തിക്കുന്നുവെന്നും ഈ പരിണതികൾ അടുത്തറിഞ്ഞ എഴുത്തുകാർ തിരിച്ചറിഞ്ഞു തുടങ്ങി. ലോകത്തെക്കുറിച്ചുള്ള ഒരാളുടെ അവബോധത്തിന്റെ ആവിഷ്കാരത്തിന് അയാളുടെ ബോധത്തെ നിരീക്ഷിക്കുന്ന വിപ്ലവകരമായ രീതി നോവൽ ശീലിച്ചത് അങ്ങനെയാണ്. ഇത് കനത്ത ആഘാതമേൽപ്പിച്ചത് ഫ്യൂഡൽ പ്രത്യയശാസ്ത്രത്തിനും പൊതുബോധത്തിനുമാണ്. ഉണർന്നു തുടങ്ങിയ വ്യക്തികളുടെ ലോകം നാടുവാഴിത്തത്തിനും അതിന്റെ ഉപരിവ്യവസ്ഥയായ മതാത്മകനിയമങ്ങൾക്കും എതിരെ നടത്തിയ പോരാട്ടങ്ങളുടെ സാക്ഷ്യങ്ങളാണ് നവോത്ഥാന രചനകളെല്ലാം. നോവൽ രചന സമൂഹത്തിനും പ്രകൃതിക്കുമെതിരായി പൊരുതുകയും സാമൂഹിക സന്തുലനം നിലനിർത്തുകയും ചെയ്യുന്ന വൈരുദ്ധ്യാത്മക ഇടപെടലായി വികസിച്ചു. ഈ വളർച്ചയുടെ അടുത്ത ഘട്ടമാണ് തൊഴിലാളിവർഗനോവലിന്റേത്, ബുർഷ്വാമൂല്യ സംക്രമണത്തിന്റെ തന്നെ ഉപല

ബ്ലിയായ സ്വത്വാന്വേഷണമാണ് പൊതുബോധത്തെ കീഴ്മേൽമറിച്ച പുതിയ സ്വാധീനത്തിനു നിദാനം.

സമൂഹത്തിന്റെയും അതിന്റെ സൂക്ഷ്മമായ വ്യക്തിയുടെയും സ്വഭാവം നിർണയിക്കുന്നത് വർഗവൈരുദ്ധ്യമാണെന്ന തിരിച്ചറിവ് നവോത്ഥാന മൂല്യങ്ങളുടെ വർഗപക്ഷം വെളിപ്പെടുത്തി. ബൂർഷ്വാ പൊതുബോധത്തോടുള്ള കലാപത്തെ വിപ്ലവകരമായ ഒരു പ്രയോഗമാക്കി വളർത്താൻ മാർക്സിസ്റ്റ് പ്രത്യയശാസ്ത്രം സഹായകമായി. മനുഷ്യന്റെ ചിന്തയിലും പ്രയോഗത്തിലും നിരന്തരം നടക്കുന്ന വർഗസമരമാണ് സമൂഹപുനർനിർമാണത്തെ നിർണയിക്കുന്നതെന്നറിഞ്ഞ ഒരെഴുത്തുകാരൻ സാമൂഹിക പ്രതിഭാസങ്ങളുടെ സത്ത സ്പർശിച്ചറിയുന്നു.

സ്ഥൂലത്തിൽ നിന്നു സൂക്ഷ്മത്തിലേക്ക് കേന്ദ്രീകരിക്കുന്തോറും വസ്തുതകൾ അമൂർത്തമാവുകയല്ല: കൂടുതൽ മുർത്തമാവുകയാണെന്ന് വർഗപക്ഷ എഴുത്തുകാരനറിയാം 'അനന്തമായ ആത്മീയ സാധ്യതകളാണ് മനുഷ്യനുള്ളതെന്ന്' രേഖപ്പെടുത്തിയത് മാർക്സ് ആണല്ലോ. സ്ഥൂല സമൂഹത്തിലെ വൈരുദ്ധ്യങ്ങളുടെ സൂക്ഷ്മ ഭേദങ്ങൾ കണ്ടെടുക്കുമ്പോൾ വ്യക്ത്യനുഭവങ്ങളുടെ അനന്യതകളിലാണ് എഴുത്തുകാരൻ എത്തിപ്പെടുന്നത്. മനഷ്യാനുഭവങ്ങളിൽ ഒന്നും അയാൾക്ക് അന്യമാവുന്നില്ല.

എന്നിരിക്കിലും പുരോഗമന എഴുത്തുകാരൻ ഏറെ തെറ്റിദ്ധരിക്കപ്പെട്ടിട്ടുണ്ട്. സാമൂഹികാവസ്ഥയുടെ പകർപ്പെഴുത്തുകാരനാണ് അയാളെന്ന് ആക്ഷേപമുണ്ടായി. ലിയോ ടോൾസ്റ്റോയിയുടെ നോവൽ റഷ്യൻ വിപ്ലവത്തിന്റെ കണ്ണാടിയാണെന്നു ലെനിൻ പറഞ്ഞത് 'ലോകത്തെ പിടിച്ചുകുലുക്കിയ പത്തു ദിവസങ്ങൾ' ആവിഷ്കരിച്ചതുകൊണ്ടല്ല. ഒരു വിപ്ലവത്തിലേക്കു നീങ്ങിയ റഷ്യൻ ജീവിതത്തിന്റെ സൂക്ഷ്മഭേദങ്ങൾ ഹൃദയസ്പർശിയായി പുനർനിർമ്മിച്ചതുകൊണ്ടാണ്. ഉദാസീനമായ ഉപരിതല വായനയ്ക്കു വഴങ്ങും വിധം സിദ്ധാന്തങ്ങളെ വായിച്ചെടുക്കുന്ന പാണ്ഡിത്യമാണ് റിയലിസത്തെ കണ്ണാടി തുല്യമായി വ്യാഖ്യാനിച്ചത്. ലൂക്കാച്ച്, ബ്രഹ്ത് ഏണസ്റ്റ് ബ്ലാക്ക് തുടങ്ങി നിരവധി പണ്ഡിതന്മാർ ഏറ്റെടുത്തു നടത്തിയ സംവാദങ്ങൾ (Aesthetics and Politics) ഈ മാർക്സിസ്റ്റ് സംജ്ഞ (റിയലിസം)യെ അർത്ഥസാധ്യതയോറിയ ഒന്നാക്കി മാറ്റിയിട്ടുണ്ട്.

തൊഴിലാളി വർഗത്തിന്റെ കഥ പറയുമ്പോഴും ഉപരിവർഗ മൂല്യബോധം മേൽക്കൈ നേടുന്ന നോവലുകൾ, തൊഴിലാളി വർഗനോവലുകൾ എന്നിങ്ങനെ എറിഷ് നോവലുകളിലെ അദ്ധ്വാനവർഗസ്വാധീനം റെയ്മണ്ട് വില്യംസ് വേർതിരിച്ച് (Klasu 1982) വിശദീകരിക്കുന്നുണ്ട്. തൊഴിലാളിവർഗ പക്ഷം ചേരാൻ ശിക്ഷണം മാത്രംപോരാ ആന്തരികമായി വിപ്ലവകരമായ ഒരു വർഗവത്കരണത്തിന് വിധേയമാക്കേണ്ടതു

മുണ്ടെന്ന് ലൂയിസ് അൽത്തുസറിനെപ്പോലെ വില്യംസും ചൂണ്ടിക്കാണിക്കുന്നു. മലയാളത്തിൽ ചെറുകാടിനെ പ്പോലെയോ എ.പി. കളയ്ക്കാടിനെപ്പോലെയോ ആപൂർവ്വം ചിലരുടെ രചനകൾ വർഗസമരത്തിന്റെ പ്രതിബോധരൂപങ്ങളായി നിലകൊണ്ടു. ഇതര നോവലിസ്റ്റുകളെ നിയന്ത്രിച്ചത് മധ്യവർഗ അഭിരുചികളാണ്. തൊഴിലാളിവർഗ പ്രത്യയശാസ്ത്രവും സൗന്ദര്യബോധവും ഒരു പാഠമായി അവരുടെ രചനകളെ പൊതിഞ്ഞിട്ടുണ്ടെന്നു മാത്രം. ഇതു പക്ഷേ, നിസ്സാരമല്ല, എന്തെന്നാൽ, ഇതര സാഹിത്യങ്ങളിൽ ജനപ്രിയ നോവലുകൾ മുഖ്യധാരയിൽ കടന്നുനിന്നപ്പോഴും മലയാളത്തിൽ മുഖ്യധാരാനോവലുകളായത് തൊഴിലാളിപക്ഷ നോവലുകളാണ്.

നവോത്ഥാന മൂല്യങ്ങളിലുള്ള സന്ദേഹം മലയാളത്തിൽ ആദ്യ നോവൽ തൊട്ടേ പ്രകടമാണ്. ഇന്ദുലേഖയിലെ പതിനെട്ടാം അധ്യായത്തിൽ നടന്ന ചർച്ചകൾതന്നെ ഉദാഹരണം. കേവല മാനവിക രചനകൾ ശുദ്ധകലാവാദവുമായി ഇതര സാഹിത്യരൂപങ്ങളിൽ അരങ്ങു തകർത്തപ്പോഴും നോവൽ വേറിട്ടു നിന്നത് ജീവിതത്തിന്റെ പ്രത്യക്ഷമണ്ഡലത്തിൽ രൂക്ഷമായ വർഗസമരം നടക്കുന്നുതുകൊണ്ടു കൂടിയാണ്. മറ്റൊരർത്ഥത്തിൽ തൊഴിലാളി വർഗ പ്രസ്ഥാനത്തിന്റെ ശക്തിയാണ് കീഴാളപക്ഷത്തെ പൊതു ബോധത്തിന്റെ മുഖ്യമണ്ഡലത്തിൽത്തന്നെ ഇപ്പോഴും നിലനിർത്തുന്നത്

1994

ജീവിതത്തിന്റെ പ്രശ്നപാഠം

വൈശാഖന്റെ 'നേർവളവുകൾ' എന്ന നോവലെറ്റ് വായിച്ചു തുടങ്ങുമ്പോൾ നാം ഒരു പ്രശ്നപാഠത്തിന്റെ നിതാന്തസംഘർഷത്തിലേക്ക് വഴുതുന്നു. എഴുത്തുകാരന്റെ ചൂണ്ടുവിരലിൽ നിന്ന് തെറിച്ചുവീഴുകയാണ് നാം. പതിവന്വേഷണങ്ങളിൽ താങ്ങി നടത്താറുള്ള ഈ തുണ നഷ്ടമാകുന്നതോടെ സ്വന്തം നിലപാടുതറ ദൃഢപ്പെടുത്താൻ വായനക്കാരൻ നിർബ്ബന്ധിതനാവുന്നു. ഇവിടെ രൂപവൽകരിക്കപ്പെടുന്ന പാഠത്തിന് മേൽ എഴുത്തുകാരന്റെ പ്രത്യയശായ്ത്രശാഠ്യം പുതുഞ്ഞുകിടക്കുന്നില്ല. എന്തുകൊണ്ടെന്നാൽ, പ്രശ്നപാഠത്തിൽ പാരായണം ഏകമുഖയാനമല്ല. ചിന്തയുടെ സംഘർഷങ്ങളിലുള്ള ഹിംസാത്മകമായ ഇടപെടലാണ്. വായനക്കാരന് അവിടെ വിനീതനായ അതിഥിയായിരിക്കുക അസാധ്യമാകുന്നു. ആന്തരികമായ ഒരു സന്ധിയിൽ ഇടഞ്ഞുനിൽക്കുന്ന പാഠാനുഭവങ്ങളുടെ പ്രത്യയശാസ്ത്രാഭിമുഖ്യങ്ങളെ അതിജീവിക്കുമ്പോൾ അയാൾ ഒരു പുതിയ നിലപാടിലേക്കു വളരുന്നു.

നിരുപദ്രവകാരമോ നിഷ്കളങ്കമോ ആയ സന്ദേശങ്ങളല്ല വൈശാഖന്റെ രചനകൾ. അവയോരോന്നും ഓരോപ്രശ്നചിത്രമാണ്. കറുപ്പും വെളുപ്പും കലർന്ന കള്ളികൾക്കിടയിൽ നിന്നും വിമോചിതനാകാൻ വായനക്കാരനും ക്ലേശിക്കേണ്ടിവരുന്നു. വിധി ഉദാസീനമായി ഏറ്റുവാങ്ങാൻ രചന അയാളെ അനുവദിക്കുന്നില്ല. കള്ളികൾക്കിടയിൽ വഴി കണ്ടെടുക്കാൻ അയാൾ നിർബ്ബദ്ധനാണ്. തന്റെ മനോനിലകൾക്കനു

സരിച്ച് വെളിവാകുന്ന നിറഭേദങ്ങളിലൂടെ വായനക്കാരൻ പൊരുതി മുന്നേറുന്നു. ഈ പോരാട്ടത്തിന് കൂടുതൽ തിളക്കമേറുന്ന ആഖ്യാനതന്ത്രമെന്ന നിലയിൽ ആക്ഷേപഹാസ്യ(Satire)ത്തിന്റെ സാധ്യതകൾ വൈശാഖൻ പ്രയോജനപ്പെടുത്തുന്നു. പാഠത്തിന്റെ ബോധാബോധങ്ങളിൽ പ്രശ്നതീക്ഷ്ണമായ ഒരഗാധത തീർക്കാൻ ഇത് സഹായകമാകുന്നുണ്ട്.

ആക്ഷേപമോ ഹാസ്യമോ അല്ല സ്തുതി(eulogy)യാണ് ആക്ഷേപഹാസ്യത്തിന്റെ ജീവൻ. സ്തുതി എപ്പോഴും ആക്ഷേപഹാസ്യമാകുന്നില്ല. സ്തുതിയും അനുഭവവും തമ്മിലുള്ള പൊരുത്തക്കേടുകളിലാണ് ഈ ആഖ്യാനകൗശലത്തിന്റെ വേരുകളുള്ളത്. സ്തുതി ആക്ഷേപമാകുന്നത് ഭാഷാനിർബന്ധത്തിന്റെ ബാഹ്യതലത്തിലല്ല. രണ്ടാം ക്രമത്തിലാണ്. അവിടെ കൃതിയുടെ സന്ദർഭ(context)വും ആഖ്യാനവും പിണങ്ങി നിൽക്കുമ്പോഴാണ് സ്തുതി ഫലിതമോ ആക്ഷേപഹാസ്യമോ ഒക്കെയാവുന്നത്. ഏതെങ്കിലുമൊരു രചനാതന്ത്രം സ്വീകരിക്കുകയെന്ന എഴുത്തുകാരന്റെ സ്വാതന്ത്ര്യമല്ല, വൈരുധ്യസൂക്ഷ്മങ്ങളിലേക്കുള്ള ഋജുരേഖ സ്വീകരിക്കുകയെന്ന പ്രതിബദ്ധതയാണ് വൈശാഖനെ നയിക്കുന്നത്. ഈ നേർവരയിൽ നാം തൊട്ടറിയുന്ന ജീവിതമാണ് 'നേർവളവുകൾ'.

പ്രശ്നരചനയിൽ എഴുത്തുകാരൻ പ്രത്യക്ഷപ്പെടുന്നത് വ്യാജമായ വിലാസത്തിലാണ്. രചനയിൽ നിന്നും അയാൾ മുറിഞ്ഞു(alienation) നിൽക്കുന്നു. നേർവളവുകൾ കടന്നുനിൽക്കുന്ന വായനക്കാരൻ, കറുപ്പിലും വെളുപ്പിലും സ്തുതിയിലും ആക്ഷേപത്തിലും ശുദ്ധീകരിക്കപ്പെട്ട അനുഭവത്തിന്റെ കഥാകാര(author)നെ നിജവിലാസത്തിൽ തിരിച്ചറിയുകയാണ്. ഇത് മിക്കപ്പോഴും വായനക്കാരന്റെ തന്നെ അപരസ്വത്വമായിരിക്കും. പ്രശ്നപാഠത്തിന്റെ ഈ തന്ത്ര നിർവ്വഹണത്തിനാണ് ആക്ഷേപഹാസ്യത്തെയും വൈശാഖൻ ഉപയോഗപ്പെടുത്തുന്നത്.

രണ്ട്

മധ്യ വർഗ കേരളത്തിന്റെ പൂമുഖത്തിരുന്ന് കഥാകൃത്ത് സ്വന്തം ജീവിതം കീറിമുറിക്കുകയാണ്. ഒട്ട് പരിഹാസ തീക്ഷ്ണമായിത്തന്നെ തന്റെ നേര് കണ്ടെടുക്കുമ്പോൾ അനുഭവങ്ങളുടെ അകമ്പുറങ്ങളും കാലഭേദങ്ങളും മുഖാമുഖം നിവരുന്നു. ഉദാര ജനാധിപത്യവും സ്വതന്ത്ര വിപണിയും നൽകിയ ലിബറൽ മൂല്യസങ്കല്പങ്ങളുടെയും തദനുസൃതമായ അഭിരുചികളുടെയും വേഴ്ച്ചയിൽ ഇടത്തരക്കാരൻ വീണത് സമരസപ്പെടലിന്റെ ജീർണതയിലാണ്. ഈ ചതുപ്പുകൾ ശീലങ്ങളും ആചാരങ്ങളും ഉൾപ്പെടെയുള്ള വ്യവസ്ഥക്കെതിരെ പൊരുതി നിലയുറപ്പിച്ച ഭൂതകാലത്തിന്റെപരോക്ഷസാന്നിധ്യത്തിൽ തെളിയുമ്പോൾ കേരളീയ ജീവിതത്തിന് വന്നുപെട്ട വിപര്യയം തീക്ഷ്ണാനുഭവമാകുന്നു. ഒത്തുതീർപ്പുകളിലൊടുങ്ങാതെ നിരന്തരം പൊരുതിനിൽക്കുന്ന

വർഗവീര്യം. പൊതുബോധത്തെ പ്രശ്നോന്മുഖമായി നിലനിർത്തുന്നു. കൃതിയുടെ ഘടനയ്ക്ക് പുറത്തുള്ള ഒരനുഭവക്രമം പാഠത്തെ പൊതിഞ്ഞുനിൽക്കുന്നത് ഈ പൊതുബോധത്തിന്റെ സവിശേഷതകൊണ്ടാണ്. ‘നേർവളവു’ കളെ തീക്ഷ്ണമായ ഒരു പ്രശ്നപാഠമാക്കി മാറ്റുന്നതും ഈ സംഘർഷാത്മകത തന്നെ.

വ്യക്തികളെ വിഴുങ്ങുന്ന ഹിംസാത്മക ഇടപെടലായി മാറിയിട്ടുണ്ട് നവീന ഉപഭോക്തൃ സംസ്കൃതി. ഏകരൂപാത്മകമായ വ്യക്തിമാതൃക മുൻനിറുത്തിയുള്ള അനുഷ്ഠാന പരമ്പരകളായാണ് വിപണിയുടെ മൂല്യസങ്കല്പങ്ങൾ അവതീർണമാകുന്നത്. കല, നിയമം, സദാചാരം,മതം,രാഷ്ട്രീയം,തത്വചിന്ത തുടങ്ങിയ സമസ്ത ബോധരൂപങ്ങളും പുതിയ വ്യക്തിവാർപ്പു (types)കൾ നിർമിക്കാനുള്ള ശിക്ഷണം നേടിയിരിക്കുന്നു. സ്വതന്ത്ര വിപണിയും ഉദാരജനാധിപത്യവും നിലവിലിരിക്കുന്ന അധികാരക്രമത്തിന്റെ ഉപരിവ്യവസ്ഥ സംസ്കാരവ്യവസായത്തിന്റെ പാഠശാലയാകാതെ വയ്യ.

പൗരസമൂഹത്തിൽ ഓരോ വ്യക്തിയും ഓരോ ഇതരസ്വത്വം കൂടിയാകുന്നു. ‘ഓളത്തിരക്കിലെ വഴുക്കൻ പാറ’കളല്ല പരുക്കൻ പാറകൾ തന്നെയാണ് വ്യക്തികളെന്ന ബോധ്യമാണ് ഈ ഐതര്യത്തിന്റെ കാതൽ. അധികാരവ്യവസ്ഥയുടെ ബോധഘടനയിലേക്ക് മുഖം കുത്തിവീഴുന്ന പൊതുബോധത്തിന്റെ രൂപകങ്ങളാവാതെ, പ്രതിബോധത്തിന്റെ തെളിച്ചമാർജിക്കുമ്പോഴാണ് ഈ ഇതരസ്വത്വം വെളിപ്പെടുന്നത്, വ്യവസ്ഥയുടെ ഈ എതിർമുഖം തീർച്ചയായും പ്രത്യയശാസ്ത്രബദ്ധം തന്നെയാണ്, ചിന്തയുടെ കെട്ടിനിർത്തപ്പെട്ട ’കുള’ ത്തിൽ നിന്ന് ഒരു പ്രവാഹമുണ്ടാകുമ്പോൾ മുറിയുന്നത് വ്യവസ്ഥയുടെ തടമാണ്. ഈ തടംമുറിക്കലിന് ഒരുങ്ങുന്നവർ, അധികാരികളുടെ റേഷനുണ്ണുമ്പോൾ തന്നെ വ്യവസ്ഥാവിരുദ്ധ കലാപം നടത്തുകയും ചെയ്യുന്നു. മിക്കപ്പോഴും ഒത്തുതീർപ്പിന്റെ ചതുപ്പിൽ മുങ്ങിമരിക്കുന്നത് ഈ ഇതര വ്യക്തിത്വമാണ്. ‘തന്റെ തന്നെ നാറുന്ന ജഡം ഉള്ളിൽ വഹിക്കേണ്ട’ ദുരവസ്ഥയിലേക്ക് ആധുനികവ്യക്തി വീണു പോകുന്നു. ചിന്തയുടെ പ്രവാഹങ്ങൾ വിസ്മരിച്ച് കുളത്തിലേക്കൊതുങ്ങുകയും തടത്തിനകത്ത് വോട്ട്ചെയ്തും റേഷനുണ്ടും ജീവിക്കുന്ന ആൾ രൂപമായി മാറുകയുംചെയ്യുന്ന മനുഷ്യൻ, പേര് നഷ്ടപ്പെട്ട ഉപഭോക്തൃസംസ്കൃതിയുടെ വാർപ്പ് മാത്രമാകുന്നു.

വർത്തമാനത്തിന്റെ ഈ ദുരന്താനുഭവം പകർത്തുക വഴി നേർവളവുകളിൽ ഒളിഞ്ഞുകിടക്കുന്ന ഇതരസത്വങ്ങൾ വിമോചിക്കപ്പെടുന്നു.

> *സമീപഭുതകാലത്തിൽ ഭാര്യക്ക് എന്നെക്കുറിച്ച പരാതികളൊന്നുമില്ല. ഞാൻ ഒരു തരത്തിലും സമയം പാഴാക്കാറില്ല, പുസ്തകവായന നിർത്തിയിട്ട് കുറെക്കാലമായി. സാധിക്കുന്നത്ര ഓവർടൈം ചെയ്തു. ഒണറേറിയം കിട്ടുന്ന ജോലികളുടെ*

ഫയലുകൾ വീട്ടിൽ കൊണ്ടുവന്ന് രാത്രി ഉറക്കമൊഴിച്ച് എഴുതിത്തീർത്തു.

ഈ ഖണ്ഡത്തിൽ പ്രയോഗികമതിയായ ഞാൻ/പ്രയോഗികമതിയല്ലാത്ത ഞാൻ എന്ന ദ്വന്ദ്വത്തെ വിപുലീകരണമാകുന്നു പാഠഭാഗം. വ്യവസ്ഥയോട് ഇണങ്ങിപ്പോകുമ്പോഴാണല്ലോ ഒരാൾ പ്രയോഗികമതിയാകുന്നത്. അങ്ങനെ ഒത്തുതീർപ്പിന് വഴങ്ങിയിട്ടും സാമൂഹികാനുഭവങ്ങളിലേക്ക് വീണ്ടുമുണർത്തിയ പുസ്തകം അയാളിലെ എതിർ ചിന്തയെയും ഉണർത്തുന്നു 'വായനയും ചിന്തയും ഒക്കെ നിർത്തിയ ക്ലാർക്കാണെങ്കിലും വാക്കുകളുടെ ധ്വനി' അയാൾക്ക് വീണ്ടും മനസ്സിലാകുന്നു. അധികാരഘടനക്കകത്തെ ഒരു ഇരിപ്പിടം മാത്രമാണ് ക്ലാർക്ക്. മൗലികചിന്തയുടെ സന്ദേഹങ്ങൾക്ക് ഇടമില്ലാത്ത ഒരു സ്ഥാനമാണത്,. ഗുമസ്തമാനത്തിലേക്ക് ഒതുങ്ങാൻ താൻ കൊലപ്പെടുത്തിയ തന്റെ തന്നെ ഓർമ അയാളെ വേട്ടയാടുമ്പോൾ, ഒത്തുതീർപ്പുകളോടുള്ള കലഹമായി, ചിന്തയുടെ തടംമുറിക്കലായി, വായനക്കാരൻ അതറിയുന്നു. ഒത്തുതീർപ്പിന്റെ ചതുപ്പിൽ ഇടത്തരക്കാരൻ മുക്കിക്കളഞ്ഞ ഇതരസ്വത്വത്തെ പാഠത്തിന്റെ അബോധത്തിൽ കഥാകൃത്ത് ഉയർത്തിനാട്ടുന്നു. 'ഒത്തുതീർപ്പിന്റെ ചതുപ്പിൽ താഴുന്നവർക്കും ഒരു വിഴി'യെക്കുറിച്ച് കഥയിൽ സൂചനയുണ്ട്. ശ്രീകുമാർ 'മറന്നേ' പോയ, ചൂഷണത്തിനെതിരായ സമരത്തിന്റെ ഈ പാത മധ്യവർഗ ജീവിതത്തിന്റെ നെടുമ്പാതക്ക് സമാന്തരമായാണ് നിവരുന്നത്. മുഖാമുഖം നിൽക്കുന്നത്. സമരസമ്പന്നമായ സമീപ ഭൂതകാല സമൂഹവും സമരവിമുഖമായ ആസന്ന ഉപഭോക്തൃസമൂഹവുമാണ്. ഈ വൈരുധ്യങ്ങളും ' നേർവളവു' കളെ ശക്തമായ പ്രശ്നപാഠമായി വികസിപ്പിക്കുന്നു.

മൂന്ന്

കേരളീയ മധ്യവർഗജീവിതത്തെ അപനിർമാണത്തിന് വിധേയമാക്കുന്ന വൈശാഖൻ 'നേർവളവു'കളിൽ അതിനനുയോജ്യമായ ഒരു ഘടനയാണ് രൂപവത്കരിച്ചിട്ടുള്ളത്,. ആഖ്യാനത്തിൽ വിശദീകരണം, ചോദ്യം. പ്രസ്താവം, നിരീക്ഷണം എന്നിവ ഇടകലർന്നു കാണുന്നു. ഇവയിൽ നിരീക്ഷണത്തിന്റെ നില മതാത്മകമോ ഏകമുഖമോ ആണ്. നിവേദക(declerative)മോ ആജ്ഞാപര(inperative)മോ ആയ ഉറച്ച ഘടനയാണ് അതിനുള്ളത്. എതിർമുനകൾ പാഠത്തിന്റെ ബാഹ്യക്രമത്തിൽ പ്രത്യക്ഷപ്പെടുന്നതേയില്ല. എന്നാൽ, വിശദീകരണം, ചോദ്യം, പ്രസതാവം എന്നിവയിൽ പൂർവാപരപക്ഷങ്ങൾ പ്രകടമാണ്. പ്രശ്നപാഠത്തിന് അനുഗുണമായ ഒരു പ്രശ്നാസ്പദഘടന കൃതിക്ക് അടിസ്ഥാനമാകുന്നുണ്ടെന്നർത്ഥം. ഈ പ്രവണതകൾ ഇഴപിരിച്ച് പരിശോധിക്കാനാണ് ഈ ഭാഗത്ത് ശ്രമിക്കുന്നത്.

രചനയുടെ നിസ്വാർത്ഥമായ ലക്ഷ്യം വെളിപ്പെടുത്തുന്ന വിശദീകരണത്തോടെയാണ് 'നേർവളവുകൾ' തുടങ്ങുന്നത്, 'സന്തതസഹചാ

രികളായിരുന്ന ഗുമസ്തന്മാരിൽ ഒരാൾ ഉന്നത പദവിയിലെത്തിയപ്പോൾ അപരനുണ്ടായ മനുഷ്യ സഹജമായ അസൂയകൊണ്ടല്ലെങ്കിൽ പിന്നെ എന്തിനെഴുതുന്നു?' എന്ന പൂർവ്വപക്ഷത്തിനുള്ള മറുപടിയാണ് ഈ രചന ആകെയും. ശ്രീകുമാരന്റെ ശ്രദ്ധേയമായ ഗ്രന്ഥത്തിൽ വെളിപ്പെടുത്തുന്നതിൽ നിന്ന് വ്യത്യസ്തമായി ചില ജീവിത സത്യങ്ങൾ ഏതെങ്കിലും വായനക്കാരന് കണ്ടെത്താൻ കഴിഞ്ഞാൽ അതൊരു നേട്ടമാകുമല്ലോ എന്ന സദുദ്ദേശ്യത്തോടെയാണ് ഞാൻ ഇതിന് മുതിരുന്ന'തെന്ന് ആദ്യമേ വിശദമാക്കുന്നുണ്ട്.

ഉദ്യാഗത്തിലിരുന്നുകൊണ്ട് ഡോക്ടറേറ്റ് നേടിയ ശ്രീകുമാരൻ ഉയർന്ന ആപ്പീസർ തസ്തികയിലേക്ക് തെരഞ്ഞെടുക്കപ്പെടുകയും ഉത്തരേന്ത്യയിലേക്ക് സ്ഥലം മാറിപ്പോവുകയും ചെയ്തു. അഞ്ചാറു വർഷങ്ങൾക്ക് ശേഷം ശ്രീകുമാരൻ തന്റെ പഴയ ആപ്പീസിൽ പേഴ്സണൽ ആപ്പീസറായി തിരിച്ചെത്തുന്നു. പഴയ സഹപ്രവർത്തകനും സന്തതസഹചാരിയുമായ കെ.എൻ വാസുദേവൻ എന്ന 'ഞാൻ' ശ്രീകുമാരനുണ്ടായ പരിവർത്തനവും അതിന് പ്രേരകമായ കണ്ടെത്തലുകളും പരിശോധിക്കുന്നു. സഹ(പ്രവർത്തക)ബന്ധം ഇപ്പോൾ അധികാര- വിധേയബന്ധമായി രൂപാന്തരപ്പെട്ടിട്ടുണ്ട്. ആപ്പീസർ പരിശോധനതക്കെത്തിയപ്പോൾ സീറ്റിലില്ലാതിരുന്ന വാസുദേവൻ ക്യാമ്പിനിലേക്ക് വിളിക്കപ്പെടുന്നു. കഥാകൃത്ത് എഴുതുന്നു:

> *ആ ദിവസം മടിച്ചുമടിച്ചു ശ്രീകുമാരന്റെ ക്യാബിനിൽ കടന്നുചെന്നതും എയർ കണ്ടീഷണറിന്റെ ഇരമ്പം കേട്ടുനിന്ന് വിയർത്തതും ഇന്നും ഓർക്കുന്നു. ശ്രീകുമാരന്റെ വാക്കുകൾ ആദരവേടെ കേട്ട് എഴുതിക്കൊണ്ടിരിക്കുന്ന സുന്ദരിയായ സ്റ്റെനോ സഹതാപത്തോടെ എന്നെ നോക്കിയതും ഓർക്കുന്നു. ശ്രീകുമാരൻ സൗഹൃദമൊന്നും ഭാവിച്ചില്ലെങ്കിലും വളരെ മയപ്പെടുത്തിയ വാക്കുകളിലാണ് എനിക്ക് താക്കീത് നൽകിയത്. പിന്നീട് എവിടെനിന്നോ ഒരു പുസ്തകമെടുത്ത് എന്റെ നേരെ നീട്ടി. ശ്രീകുമാരന്റെ മുഖത്ത് തെളിഞ്ഞ നേരിയ പുഞ്ചിരി കണക്കിലെടുത്ത് ഒരു മറുചിരി നൽകിയോ എന്നുപോലും ഓർമയില്ല. എന്തുകൊണ്ടോ പുകയുന്ന ആ ക്യാബിനിൽ നിന്ന് രക്ഷപ്പെടണമെന്ന ഒരു മോഹമേ ഉണ്ടാകുമായിരുന്നുള്ളു.*

വകുപ്പുമേധാവി/ഗുമസ്തൻ

പരിശോധന/തെറ്റുകണ്ടെത്തൽ

ആപ്പീസറുടെ ക്യാബിൻ/കുറ്റവാളിയുടെ പ്രവേശം

എയർ കണ്ടിഷണർ/വിയർപ്പ്

ആദരവുള്ള സുന്ദരിയായ സ്റ്റെനോ/സഹതപിക്കുന്ന സുന്ദരിയായ സ്റ്റെനോ

താക്കീത്/മൗനം

ശ്രീകുമാർ/ഞാൻ

എന്നിങ്ങനെ വെളിപ്പെടുന്ന വിരുദ്ധപക്ഷങ്ങളുടെ സൂക്ഷ്മത്തിലേക്ക് - വ്യവസ്ഥാവൽക്കരണത്തിന്റെ കൗശലങ്ങളിലേക്ക് - കഥ കേന്ദ്രീകരിക്കപ്പെടുന്നു. ശ്രീകുമാരന്റെ ഗവേഷണകൃതി (The Socio-Allergic Manifestations of Mixed Economy) യാണ് ഈ അന്വേഷണത്തിന്റെ കേന്ദ്രഘടകം. പരികല്പനകളിൽനിന്ന് സമാഹൃത തെളിവുകളിലുടെ സാമാന്യസിദ്ധാന്തങ്ങളിലെത്തുകയാണ് ഗവേഷണകൃതികളുടെ രീതി. പ്രായോഗിക ജീവിതത്തിലെ സൂക്ഷ്മവൈരുധ്യങ്ങളുടെ തീവ്രാനുഭവങ്ങളുമായി ഇത് മിക്കപ്പോഴും ഇടഞ്ഞുനിൽക്കാം. ഇത്തരം തുടർച്ചകളും കൃതിയുടെ അബോധത്തിൽ വിളയുന്നുണ്ട്.

ഒത്തുതീർപ്പുകൾക്ക് പുറംതിരിഞ്ഞുനിൽക്കുന്ന ഇടത്തരക്കാരന്റെ കിതപ്പുകളാണ് നേർവളവുകളിലെ ചോദ്യങ്ങൾ. കേരളീയ പൊതുബോധം സാമാന്യമായി അംഗീകരിച്ചിട്ടുള്ള വഴിതെറ്റുകളുടെ പ്രേരണ അയാളിൽ ചോദ്യങ്ങളായി പെയ്യുകയാണ്. കൈക്കൂലിയും ക്ലേശങ്ങളുടെ കാലപ്പെരുമഴയിൽ ഇടത്തരക്കാരനെ വ്യാമോഹിപ്പിക്കുന്നു. ഇടർച്ചയുടെ ഈ സ്വരഭേദം ചോദ്യങ്ങളിൽ കാണാം.

> *"അവരുടെ (കുട്ടികളുടെ) അനീമിയ ആരുടെ കഴിവുകേടിന്റെ വിളംബരമാണ്? അവരുടെ നിറം മങ്ങിയ ഉടുപ്പുകൾ എന്തിന്റെ കുറവാണ് സൂചിപ്പിക്കുന്നത്? അടുത്തുള്ള മറ്റു വീടുകളിലുമുണ്ടല്ലോ എൽ.ഡി.സികളും യു.ഡി.സി കളും അവരുടെ ഭാര്യമാരും കുട്ടികളും. ബില്ലുകൾ പാസ്സാക്കിക്കൊടുസസുന്നവർ സ്ഥലം മാറ്റ ഉത്തരവ് തയ്യാറാക്കുന്നവർ, സെലക്ഷൻ ലിസ്റ്റ് എഴുതുന്നുവർ, ലൈസൻസുകൾ കൊടുക്കുന്നവർ, വായ്പകളും മറ്റ് ആനുകൂല്യങ്ങളും നൽകാനുള്ള ഫയലുകൾ സൂക്ഷിക്കുന്നവർ. അവരുടേത് പോലെത്തന്നെയല്ലേ ഇരിക്കേണ്ടത് എന്റെ ഭാര്യയും കുട്ടികളും ഞങ്ങളുടെ ജീവിതവും? അങ്ങിനെയങ്ങ് ചിന്തിച്ചാൽ എല്ലാവരും ഒരു പോലെയാണോ? ഒരു പോലെ ആകാനൊക്കുമോ?"*

നിലവിലുള്ള വ്യവസ്ഥിതിയിൽ സർക്കാർ ഉദ്യോഗത്തിലൂടെ ആത്മാർത്ഥമായി മനുഷ്യസേവനം ചെയ്യുന്ന ഒരുവന് സമാധാനമായി ജീവിക്കാൻ മാർഗമെന്ത്? സമാധാനത്തിന് സാമ്പത്തിക ഭദ്രത ആവശ്യമില്ലേ?അതോ, ആത്മീയ ഭദ്രത മാത്രം മതിയോ? ഇവ പരസ്പരബന്ധിതങ്ങളല്ലോ? അങ്ങിനെയാണെങ്കിൽ നിലവിലുള്ള ഏറ്റക്കുറച്ചിലുകൾ കുറക്കാൻ എന്താണ് ചെയ്യേണ്ടത്? ഉപരിവർഗത്തിലുള്ളവർക്ക് മാനുഷികമായ ഒരു പരിവർത്തനം വരുത്താൻ ആവകാശസമരങ്ങളല്ലാതെ മറ്റു പോംവഴികളുണ്ടോ?

ചോദ്യചിഹ്നങ്ങൾക്ക് മുമ്പിലുള്ള ഈ സന്ദേഹവാക്യങ്ങൾ മിക്കവാറും ആത്മഗതങ്ങളാണ്. കൈക്കൂലി വാങ്ങാതിരുക്കുക, ചെലവ് ചുരുക്കി ജീവിക്കുക തുടങ്ങിയ ഭരണമേധാവികളുടെ ഉപദേശങ്ങളും 'സ്റ്റോപ്പ് വറിയിങ്ങ് ആന്റ് സ്റ്റാർട് ലിവിങ്ങ്', ഹൗ ടു ഫേസ് എ ക്രൈസിസ്' തുടങ്ങിയ വ്യവസ്ഥാപക്ഷ പുസ്തകങ്ങളും അനുസരിച്ച് ജീവിക്കുന്ന 'ഞാൻ' വാണിജ്യ താല്പര്യങ്ങളുമായി ഇടയുന്നു. ധാർമിക സദാചാരം പാലിച്ചുകൊണ്ടുതന്നെ പ്രശ്നങ്ങൾക്ക് പരിഹാരം കാണാൻ ആഗ്രഹിക്കുന്നു. എന്നാൽ അല്പസ്വല്പം സദാചാര ഭ്രംശം നേരിട്ടും ഉന്നത മധ്യവർഗത്തിന്റെ സുഖസമൃദ്ധിയിലേക്ക് കയറിപ്പറ്റുന്ന എൽ.ഡി. സികളും യു ഡി സികളുമാണ് ചുറ്റും. മക്കളുടെ അനീമിയക്ക് ഉത്തരവാദിയാര്? അവരുടെ നിറംകെട്ട ഉടുപ്പുകൾ എന്തിന്റെ കുറവാണ് സൂചിപ്പിക്കുന്നത്? തുടങ്ങിയ ചോദ്യങ്ങൾ ഇവിടെ 'എനിക്ക്' നേരെ ത്തന്നെയാണ് നീളുന്നത്. ആധരികാരവ്യവസ്ഥ പ്രതീകൂട്ടിൽ നിന്ന് രക്ഷപ്പെടുകയും 'എന്റെ കഴിവുകേട്' കൂട്ടിൽ കയറി നിൽക്കുകയും ചെയ്യുന്നു. അപബോധത്തിന്റെ ഈ വലയിൽ നിന്നും വായനക്കാരൻ വിമുക്തനാകുന്നത് നേർവിളികളുടെ അബോധത്തിൽ അധികാരത്തിന്റെ പത്മവ്യൂഹം തെളിയിച്ചെടുക്കുമ്പോഴാണ്.

''അങ്ങനെ എത്ര വൈകുന്നേരങ്ങൾ സംസാരിച്ചാലും തീരുന്ന തല്ലല്ലോ പ്രശ്നങ്ങൾ. ഞങ്ങളുടെ വൈകുന്നേരങ്ങൾ വരാനിരിക്കുന്ന തേയുള്ളൂ''. പൊൻവെയിലിൽ കുളിച്ച ആ വൈകുന്നേരങ്ങളിലേക്ക് ഇനിയത്ര ദൂരമുണ്ട്? എന്ന പ്രതീക്ഷാനിർഭഷമായ സന്ദേഹം വളരെ പെട്ടെന്നാണ് നിരാശതയിലേക്ക് ഇനിയെത്ര ദൂരമുണ്ട്? എന്ന പ്രതീക്ഷാനിർഭരമായ സന്ദേഹം വളരെ പെട്ടെന്നാണ് നിരാശതയിലേക്ക് വഴുതുന്നത് ''ഭീമമായ അന്തരങ്ങളില്ലാത്ത ഒരു സമൂഹം ഒരിക്കൽ ഉദയം ചെയ്യുമെന്ന് ഞാൻ ദൃഢമായി വിശ്വസിക്കുകയും ചെയ്തിരുന്നു. എപ്പോഴായിരുന്നു ആ പ്രതീക്ഷ ഞാൻ കൈവെടിഞ്ഞത്? ആരായിരുന്നു അതിനു കാരണക്കാരൻ?'' ഈ ചോദ്യങ്ങളിൽ വീര്യമാർന്നുനിൽക്കുന്ന, പ്രശ്നങ്ങൾ നിറഞ്ഞ വൈകുന്നേരങ്ങൾ/ പൊൻവെയിലിൽ കുളിച്ച് വരാനിരിക്കുന്ന വൈകുന്നേരങ്ങളിൽ, ഭീമമായ അന്തരങ്ങളുള്ള സമൂഹം വർഗരഹിതസമൂഹം എന്നീ വൈരുധ്യങ്ങളാണ് 'നേർവളവുകളിലെ പ്രത്യക്ഷപ്രശ്നം, ചോദ്യകർത്താവ് ചാഞ്ചാട്ടക്കാരനായ ഇടത്തരക്കാരനായതുകൊണ്ടാവണം ചോദ്യങ്ങൾ പരുഷങ്ങളല്ല, കേവല സന്ദേഹത്തിന്റെ തണുപ്പൻ ശബ്ദമായാണ് വായനയിൽ അവ അനുഭവപ്പെടുന്നത്. എന്നാൽ പാഠത്തിന്റെ അബോധത്തിൽ ഈ ചോദ്യങ്ങളുടെ വർഗപരത കാണാം. അയുക്തികമായ സന്ദേഹങ്ങളിലും ലോകതത്വങ്ങളിലും തടഞ്ഞുവീഴുന്ന മധ്യവർഗജീവിതത്തിന്റെ മുഖദൃശ്യം അവിടെ തെളിയുന്നു.

മധ്യവർഗ ബുദ്ധിജീവിയുടെ തർക്കബുദ്ധി ശ്രീകുമാരന് തുണയാകുന്നു. പൊങ്ങിയാർക്കാവുന്ന സന്ദേഹങ്ങളെ മൂടുന്ന സ്വർണവലയായി

അതയാൾക്ക് പ്രയോജനപ്പെടുന്നു. കൃതിയിലെ പ്രസ്താവങ്ങൾ ഗിരി പ്രഭാഷണങ്ങളുടെ ശകലങ്ങളായി അധികാരസേവയാണ് നിർവ്വഹിക്കുന്നത്. അവ മിക്കവാറും ശ്രീകുമാറിന്റെ തർക്കബുദ്ധിയിൽ പിറന്നവയുമാണ്. അവയിൽ ചിലതു പരിശോധിക്കാം:

ഇതൊന്നും ദൈവകോപമല്ല. മിക്സഡ് ഇക്കണോമിയിലെ അനാരോഗ്യകരമായ അവസ്ഥയാണ് ഇതിനൊക്കെ കാരണം നമ്മുടെ ജനങ്ങൾ ഇനിയും പഠിച്ചിട്ടില്ല. അവർ പഠിക്കാൻ പോകുന്നതേയുള്ളൂ. എവരിതിംഗ്സ് ഹാസ് ഇറ്റസ് ഓൺ നാച്ചുറൽ സൊലുഷൻ

'നമ്മുടെ കഷ്ടപ്പാടെല്ലാം മനുഷ്യൻ നിർമിച്ച പരിതഃസ്ഥിതി കൊണ്ട് ഉണ്ടായതാണ്. യാഥാർത്ഥ്യം കണ്ടറിയുകയും പോംവഴി കണ്ടെത്തുകയുമാണ് ബുദ്ധിജീവിയുടെ കടമ. ഒളിച്ചോടി അമ്പലത്തിൽ ചെന്നാൽ അതു ദൈവത്തിന് ഇഷ്ടപ്പെടുമെന്നാണോ വിചാരിക്കുന്നത്?

എന്റെ ചങ്ങാതി, ഈ ഭൂതകാലം എന്നു പറയുന്നത് ഒരു ഖനിയാണ്. മണ്ണും പൊൻതിരികളും കൂടിക്കലർന്നുകിടക്കുകയാണ്. പവിത്രതരമായ ഒരു സംസ്കാരത്തിന്റെ ചിഹ്നമാണ് ഈ ചന്ദനപ്പൊട്ട്. അല്ലാതെ അന്ധവിശ്വാസമൊന്നുമല്ല, ചന്ദനത്തിന്റെ തണുപ്പ് നെറ്റിയുടെ ഈ പ്രത്യേകത സ്ഥാനത്ത് ഏൽക്കുമ്പോൾ അത് എന്തെന്ത് അത്ഭുതങ്ങളാണ് ശരീരത്തിൽ ചെയ്യുന്നതെന്ന് ഇനിയും ആധുനികശാസ്ത്രം മനസ്സിലാക്കിയിട്ടുണ്ടോ? മന്ത്രങ്ങളുടെ സൗണ്ട് വൈബ്രേഷനെക്കുറിച്ചും മറ്റും ഗവേഷണം ആരംഭിച്ചിട്ടേയുള്ളൂ.

'ഇന്ത്യയിൽ ആർക്ക് എന്തു നാശനഷ്ടം വന്നാലും സമ്മിശ്ര സമ്പദ്‌വ്യവസ്ഥയിൽ നമ്മളും അതിന്റെ കയ്പ് അനുഭവിക്കുന്നുണ്ട്. ഈ വ്യവസ്ഥിതി നമ്മെക്കൊണ്ട് ഇത്രയൊക്കെയല്ലേ ചെയ്യിക്കുന്നുള്ളു എന്നു സമാധാനിക്കുക, ഈ മോബോക്രസിയിൽ പ്രൈവറ്റ് സെക്ടറിലെ കീടനാശിനിക്കാരൻ ഒരാഴ്ചയിൽ പെട്രോളിനു ചെലവാക്കുന്ന കാശില്ല നമ്മുടെയൊക്കെ മാസശമ്പളം.

സെക്യൂരിറ്റിയെക്കുറിച്ച് വേവലാതിപ്പെടുന്നത് ഒരു ശുദ്ധ കരിയറിസ്റ്റിന്റെ സ്വഭാവമാണ്. എസ്റ്റാബ്ലിഷ്മെന്റ് കഴുത്തിൽ കെട്ടുന്ന ചങ്ങല അവന് ഒരലങ്കാരമായിത്തോന്നും. ബുദ്ധിജീവികൾക്ക് യോജിച്ചതല്ല അതൊന്നും. ഒത്തുതീർപ്പുകാരനായ കരിയറിസ്റ്റിനും സാഹസികനും അന്ധനുമായ റിബലിനും കണ്ടെത്താനാവാത്ത ഒരു വഴിയുണ്ട്. അതാണ് നമ്മൾ തേടിക്കൊണ്ടിരിക്കുന്ന വഴി.

കാറ് എന്ന ഭൗതിക സൗകര്യത്തിന് ശരീരങ്ങളെ ഒരേ ദിശയിൽ കൊണ്ടുപോകാൻ കഴിയും,. മനസ്സുകളെയോ? ഇവിടെയാണ് നമ്മൾ പുതിയ അന്വേഷണം തുടങ്ങേണ്ടത്.

സന്ദേഹരഹിതമായ ഈ പ്രസ്താവങ്ങൾ ചാഞ്ചാട്ടങ്ങൾക്കു വിധേയനായ ഇടത്തരം ബുദ്ധിജീവിയുടെ മനോനിലകൾ അനാവരണം ചെയ്യുന്നു. വ്യാഖ്യാനിക്കാനും സിദ്ധാന്തവൽക്കരിക്കാനുമുള്ള സിദ്ധി അയാളിൽ ഭാഷയുടെ അധികാര പ്രവണതയായി വെളിപ്പെടുന്നു. ദുർബ്ബലമായ യുക്തികളിലൂന്നിയാണെങ്കിലും വിശ്വാസത്തിന്റെ പദഗോപുരങ്ങളായി അയാളുടെ പ്രസ്താവങ്ങൾ മാറുന്നു. ഇതു തിരിച്ചറിയാതെ സന്ദേഹികൾ വിശ്രമിക്കാൻ കയറിപ്പറ്റുകയാണ് ഇതേ ഗോപുരത്തിൽ. 'ശ്രീകുമാരന്റെ വഴി' എന്ന ആദർശവീഥി അങ്ങോട്ടുള്ളതാണ്. മനുഷ്യൻ സൃഷ്ടിച്ച പരിതഃസ്ഥിതിയാണ് നമ്മുടെ കഷ്ടപ്പാടിനു കാരണമെന്നു കണ്ടെത്തുന്ന യാഥാർത്ഥ്യവാദിയായ ബുദ്ധിജീവി തന്നെയാണ് മന്ത്രത്തിന്റെയും ചന്ദനപ്പൊട്ടിന്റെയും ഇനിയും കണ്ടെത്തിയിട്ടില്ലാത്ത അത്ഭുതങ്ങളെക്കുറിച്ചും വാചാലനാവുന്നത്, സാമ്പത്തികാസമത്വങ്ങൾ ഒരു പരിധിവരെ കുറക്കാൻ കഴിഞ്ഞാൽ സമാധാനത്തിലേക്കും സന്തോഷത്തിലേക്കും പ്രധാനകാൽവെപ്പാകുമെന്ന് ഒരിക്കൽ ശ്രീകുമാരൻ കരുതിയിരുന്നു. ഇപ്പോൾ അയാളത് തിരുത്തുകയാണ്. 'കാറ് എന്ന ഭൗതികസൗകര്യത്തിന് ശരീരങ്ങളെ മാത്രമേ ഒരേ ദിശിയിൽ കൊണ്ടുപോകാൻ കഴിയൂ' എന്നയാൾ സമർഥിക്കുന്നു. അവിടെയാണ് പുതിയ അന്വേഷണം തുടങ്ങേണ്ടത് എന്ന് ശ്രീകുമാരൻ തന്റെ നിലപാടുതറ മാറ്റിച്ചവിട്ടുന്നു. പരിവർത്തനോപാധിയായി വർഗസമരത്തിനുള്ള പ്രസക്തിയിൽ സന്ദേഹം കൊണ്ട പുത്തൻ ഇടതുപക്ഷത്തിന്റെ സ്വഭാവങ്ങളും ശ്രീകുമാരനിൽ പ്രകടമാകുന്നു.

സൈദ്ധാന്തികാഭിമുഖ്യവും മതപുനരുത്ഥാന പ്രവണതകളും ഓമനിക്കുന്ന ഉദാരബുദ്ധിജീവികൾക്ക് ഉറ്റവനാവുകയാണ് ശ്രീകുമാരൻ. സിദ്ധാന്തവാശിയുടെയും പുനരുത്ഥാനവാദത്തിന്റെയും ഭിന്നചേരുവകൾകൊണ്ട് ജീവിതത്തിന്റെ വിഷമവൃത്തങ്ങളെ നേരിടാനുള്ള ബൗദ്ധിക വ്യായാമമാണ് അയാൾ നടത്തുന്നത്. 'കഷ്ടപ്പാടുകൾ മനുഷ്യസൃഷ്ടിയാണ്. യാഥാർത്ഥ്യം കണ്ടെത്തി പരിഹാരം തേടുകയാണ് വേണ്ടത്' എന്നിങ്ങനെ സയുക്തികമായി ഇടപെടുന്ന ബുദ്ധിജീവി, 'പവിത്രതരമായ സംസ്കാരത്തിന്റെ ചിഹ്നമാണ് ചന്ദനപ്പൊട്ട്, ചന്ദനത്തിന്റെ തണുപ്പ് നെറ്റിയുടെ ഈ പ്രത്യേക സ്ഥാനത്ത് ഏൽക്കുമ്പോൾ എന്തെന്ത് അത്ഭുതങ്ങളാണ് ശരീരത്തിൽ ചെയ്യുന്നതെന്ന് ആധുനിക ശാസ്ത്രം മനസ്സിലാക്കിയിട്ടില്ല' എന്നിങ്ങനെ യുക്തിരഹിതവും അമൂർത്തവുമായ പ്രസ്താവങ്ങളും ചെയ്യുമ്പോൾ അധികാരത്തിന്റെ ഉപരിവ്യവസ്ഥയിലെ മത, സദാചാര നിയമങ്ങളെ പരിരക്ഷിക്കുകയാണ്. 'കടത്തിൽ മുങ്ങിച്ചാവുമ്പോൾ സത്യവും ന്യായവും പാലിക്കേണ്ടതില്ലെന്നു സമർഥിക്കാൻ അശ്വത്ഥാമഹത നരികുഞ്ജരഃ 'എന്ന പൗരാ

ണിക വാക്യം ഓർമ്മിപ്പിക്കുന്ന ശ്രീകുമാരൻ കടത്തിൻനിന്നും വിമുക്തനായപ്പോൾ, കടക്കെണിയിൽതന്നെ കഴിയുന്ന വാസുദേവന്റെ ഉൽകണ്ഠകളെ' സെക്യൂരിറ്റിയെക്കുറിച്ചു വേവലാതിപ്പെടുന്നത് ശുദ്ധ കരിയറിസ്റ്റിന്റെ സ്വാഭവമാണ് എന്നു കുറ്റപ്പെടുത്തുന്നു. ഉദാരചിന്തയുടെ അദൃശ്യവലകളായി പ്രസ്താവങ്ങൾ ശ്രീകുമാരനിലൂടെ പുറത്തു വരികയാണ്.

അനന്തമായ ആത്മീയ സാധ്യതകൾ തുറന്നുകിട്ടാനുള്ള ആദ്യചുവടാണ് പ്രാഥമികാവശ്യങ്ങളുടെ പൂർത്തീകരണം, അത് നേടാനുള്ള കീഴാളവിഭാഗത്തിന്റെ പോരാട്ടത്തിനു സമാന്തരമായി കോൺക്രീറ്റു വീട്ടിലെ ആത്മീയ സുരക്ഷിതത്വത്തെപ്പറ്റിയുള്ള ബുദ്ധിജീവികളുടെ വിലാപം പരന്നൊഴുകുന്നു. ഈ വൈപരീത്യത്തിന്റെ വിലാപശ്രുതികളല്ല വിചാരധ്വനികളാണ് ശ്രീകുമാരന്റെ പ്രസ്താവങ്ങളായി കഥാകൃത്ത് പകരുന്നത്, ഈ പ്രശ്നഭൂമി ഒരുക്കാൻ പ്രസ്താവങ്ങളുടെ ആധികാരികത ചോദ്യവിധേയമാകുന്നത് കൃതിയുടെ പൊതു സന്ദർഭത്തിൽ തന്നെയാണ്. മധ്യവർഗജീവിതത്തിന്റെ കേരളീയാനുഭവമാണ് കൃതിയുടെ പൊതുസന്ദർഭം.

പ്രസ്താവങ്ങളുടെ ആധികാരികതയെ ചോദ്യംചെയ്യുന്ന പ്രതിധ്വനിയും പാഠത്തിന്റെ അബോധമായി രൂപപ്പെടുന്നുണ്ട്. പ്രസ്താവങ്ങൾക്കകത്തെ വൈരുദ്ധ്യവും അവയുടെ ഉപരിവർഗാഭിമുഖ്യവും പ്രകടമാണ്. 'എല്ലാറ്റിനും സ്വാഭാവിക പരിഹാരമുണ്ടെ'ന്ന വാക്യം ശ്രദ്ധിക്കാം. 'സ്വാഭാവികം' എന്നതിന് നിലവിലുള്ള ഉപരിവ്യവസ്ഥയുടെ സ്വഭാവത്തിൽ എന്നാണർത്ഥം. ഇവിടെ അധികാരവിരുദ്ധമായ സമരത്തിന്റെ നിഷ്ഫലതയിലേക്കാണ്. ബുദ്ധിജീവി വിരൽ ചൂണ്ടുന്നതെന്നു വ്യക്തം. ഒരു ഭാഗത്ത് ഇങ്ങനെ അധികാരപക്ഷത്തെ ആശ്ലേഷിക്കുമ്പോൾ തന്നെ മറുഭാഗത്ത് വർത്തമാനക്ലേശങ്ങളുടെ മറവിൽ ഒരുഭൂതകാല പ്രവേശം കൂടി സാധിതമാക്കുകയാണ് അയാൾ. മണ്ണും പൊന്നും കൂടിക്കലർന്ന 'ഭൂതഖനി' അയാൾ തുറക്കുന്നു. അവിടെ പവിത്രതരമായ സംസ്കാരത്തിന്റെ അടയാളങ്ങൾ കണ്ടെടുക്കുന്നു. വിധേയത്വത്തിലേക്കുള്ള ഈ പൗരാണിക പാതക്കു തുടർച്ചയൊരുക്കാനുള്ള നിയോഗം ആധുനിക ഉദാരബുദ്ധിജീവിയുടെ അധികാരസേവയുടെ ഭാഗമാണ്. പ്രത്യക്ഷത്തിൽ, വ്യവസ്ഥയുടെ എതിർനിലമാണ് ശ്രീകുമാരന്റേതെന്ന് തോന്നുമെങ്കിലും സൂക്ഷ്മത്തിൽ അതൊരു 'സ്ഥലജലഭ്രമം' മാത്രമായിരുന്നെന്ന് ബോധ്യപ്പെടുന്നു.

ചോദ്യങ്ങൾ ഉന്നയിക്കുന്നത് പ്രധാനമായും കർത്തൃപക്ഷമാണ്. പ്രസ്താവങ്ങൾ ശ്രീകുമാറിന്റേതും. പൂർവ്വപക്ഷവും കർത്തൃപക്ഷവും തലതിരിച്ചിട്ടിരിക്കുന്ന അപൂർവ്വാനുഭവമാണിത്. ചോദ്യങ്ങളിലെ സന്ദേഹവും പ്രസ്താവനകളിലെ അധികാരവും കൃതിയുടെ ബാഹ്യപാഠത്തെ നിർണയിക്കുന്നു. പാഠത്തിന്റെ അബോധത്തിൽ ഇവയൊരുക്കുന്ന പ്രശ്നഭൂമികയിൽ വർഗനിലകൾ തെളിഞ്ഞുകാണുന്നു.

ഓരേ സമയം വർഗസമരത്തിനും വർഗസഹകരണത്തിനും സ്വയം പകുക്കുന്ന മധ്യവർഗജീവിതത്തിന്റെ 'ഊഞ്ഞാലാട്ടം' ഇത്രയും സൂക്ഷ്മമായി മറ്റൊരു രചനയിലും അവതീർണമായിട്ടില്ല. അടിസ്ഥാനവർഗത്തിന്റെ സമര മാതൃകകൾ ഏറ്റുവാങ്ങുകയും അവയുടെ വീര്യമുറ്റിസ്റ്റഫു ചെയ്ത് അലങ്കാരവാർപ്പുകളാക്കുകയും ചെയ്യാനുള്ള മധ്യവർഗപ്രവണത. തർക്കബുദ്ധിയുടെ സ്വർണവലയിൽ അരിച്ചെടുത്ത ഒരു നീരീക്ഷണം നോക്കുക.

'രണ്ട് വർഗങ്ങൾ തമ്മിലുള്ള സമരം എന്ന ആശയം അപ്രസക്തമാവുകയാണ് എന്നു തോന്നുന്നു. ചാതുർവർണ്യം പ്രബലമായി നിലവിലിരുന്ന ഒരു രാജ്യത്ത് ജനാധിപത്യം എന്ന വാക്കിന്റെ അർത്ഥം ശരിയായി മനസ്സിലാക്കുന്നതിനുമുമ്പു തന്നെ പ്രായപൂർത്തി വോട്ടവകാശവും സമ്മിശ്രസമ്പദ്വ്യവസ്ഥയും നടപ്പിലാക്കിയതിന്റെ ഫലങ്ങൾ കൗതുകകരങ്ങളാണ്. നാലുവർണങ്ങളുടെ സ്ഥാനത്ത് വരുമാനത്തിന്റെയും പദവിയുടെയും അടിസ്ഥാനത്തിൽ അനേകം വർഗങ്ങൾ സമാന്തരമായി നീങ്ങിക്കൊരിക്കുന്നു. ഈ വർഗങ്ങൾ ഒരിക്കലും യഥാർഥ സംഘട്ടനത്തിൽ ഏർപ്പെടുന്നില്ല, ഏറ്റവും താഴെയുള്ള വർഗത്തിലെ അംഗങ്ങൾക്കു തൊട്ടുമുകളിലുള്ള സമാന്തരവർഗത്തിൽ എത്തണം എന്ന മോഹം ശക്തമാകുമ്പോൾ അത് അവകാശസമരം എന്ന അലർജിക് രൂപം കൈക്കൊള്ളുന്നു. ചെറിയ സാമ്പത്തിക ആനുകൂല്യം എന്ന ആന്റിഹിസ്റ്റമിൻ കൊണ്ട് ഭരണാധികാരികൾക്ക് ഈ അലർജിയെ ശമിപ്പിക്കാവുന്നതാണ്. ചിലപ്പോൾ ഉദ്യാഗപ്പേരു മാറ്റുക എന്നതും മറുമരുന്നാകും. ഇങ്ങനെ ആനുകൂല്യം നേടിയ വർഗം തൊട്ടുമുകളിലുള്ള സമാന്തരവർഗത്തിനോട് വളരെ അടുക്കുന്നു. സമാന്തരരേഖകൾ ഒരിക്കലും സന്ധിക്കുകയില്ല എന്ന ഗണിതനിയമം മൂലം മുകളിലുള്ള വർഗത്തിൽ അലർജി ആരംഭിക്കുന്നു നിയമാനുസൃതമല്ലെങ്കിലും കൈക്കൂലിയും ആന്റിഹിസ്റ്റമിൻ ആയി പ്രയോജനപ്പെടുന്നുണ്ട്. ചെറുതും വലുതുമായ സ്വകാര്യ മേഖലക്കാർ ഇങ്ങനെ സർക്കാർ അധികാരം കയ്യാളുന്ന സമാന്തരവർഗങ്ങളിലെ അലർജിയെ ശമിപ്പിക്കാൻ സഹായിക്കുന്നു, സമ്മിശ്ര സമ്പദ് വ്യവസ്ഥയിൽ യഥാർത്ഥ വർഗസമരം സംഭവ്യമല്ലെന്നും അലർജിക് പ്രതികരണങ്ങൾ മാത്രമേ ഉള്ളുവെന്നും അനുമാനിക്കാവുന്നതാണ്.

നവീന മുതലാളിത്തത്തിന്റെ കൈവെള്ളയിൽ കിടന്ന് മധ്യവർഗം നൊട്ടിനുണയുന്ന ഭ്രമക്കാഴ്ചകളാണിവ. യൗക്തിക പരിഗണനകൾ കൂടാതെത്തന്നെ ഇവ പൊതുബോധത്തിന്റെ ഭാഗമാവുകയും ചെയ്യുന്നു. കീഴാളവിരുദ്ധ പ്രത്യയശാസ്ത്രം പൊതുബോധത്തിൽ രൂപപ്പെടുന്നതെങ്ങനെയാണ് വിശദമാക്കുകയാണ്. ഈ രചന.

നാല്

കൂറെക്കൂടി സുക്ഷ്മമായി ശ്രദ്ധിച്ചാൽ ഇത് മൂന്നാം ലോക ജീവിതത്തിന്റെ കൂടി പ്രശ്നപാഠമാണ്. 'വെല്ലുവിളിപോലെ മുന്നിലിരിക്കുന്ന ഓടിൽ തുണ്ടിൽ ഒറ്റനോട്ടത്തിൽ ഇന്ത്യയുടെയും രണ്ടാംനോട്ടത്തിൽ ആഫ്രിക്കയുടെയും രൂപപ്പകർച്ച കാണുമ്പോൾ, കാഴ്ച ഒരു വിചാരണയായി മാറുന്നു. അപകടകരമായ ജീവിതത്തിന്റെ രൂപകമാകുന്നു ഓടിൽ തുണ്ട്. അതിൽ നിവരുന്ന ദൃശ്യങ്ങളാകട്ടെ, മൂന്നാംലോക വിപര്യയങ്ങളുടെ സമാനതകളുമാണ്. ഇന്ത്യനനുഭവങ്ങളുടെ തീക്ഷ്ണത സാർവദേശീയ രാഷ്ട്രീയത്തിന്റെ വർഗമുദ്രകളോടെയാണ് മനസ്സിൽ പതിയുന്നത്. കുടുംബജീവിതത്തിന്റെ അസ്വസ്ഥതകളിൽ പോലും ' എല്ലാ വികസ്വരരാജ്യഗുമസ്തന്മാരുടെയും തപ്തനിശ്വാസങ്ങൾ വന്നു നിറയു'ന്നതുകൊണ്ടാണ്.

മൂന്നാം ലോകത്തിന്റെ സമാനതകൾ മാത്രമല്ല വഴിപ്പിരിവുകളും 'നേർവളുവു'കളിലുണ്ട്. സമ്മിശ്ര സമ്പദ്വ്യവസ്ഥയുടെ ഇടനിലയിലാണ്, നമ്മുടെ മധ്യവർഗജീവിതം വിരുദ്ധാഭിമുഖ്യങ്ങൾ പ്രകടമാക്കിത്തുടങ്ങിയതെന്ന നിരീക്ഷണം പ്രതിചിന്തയുടെ തിളക്കമാർന്നതാണ്. സാമ്രാജ്യത്വ പ്രയോഗങ്ങളും സോഷ്യലിസ്റ്റ് മുദ്രവാക്യങ്ങളും ചേർന്ന് അധികാരശക്തികളെ വഴുവഴുപ്പൻ സ്വഭാവമുള്ളതാക്കി. ദണ്ഡിയിലെ ഉപ്പിനുമേൽ മൾട്ടിനാഷണനൽ കമ്പനിയുടെ ഉപ്പുവിതറുന്ന രാഷ്ട്രീയ കൗശലമാണത്. ദണ്ഡിയിലെ ഉപ്പിന്റെ ദേശീയ രഷ്ട്രീയത്തേക്കാൾ അമേരിക്കൻ ഉപ്പിന്റെ അരാഷ്ട്രീയം രുചികരമാകുന്നതങ്ങനെയാണ്. അധികാരത്തിന്റെ ഇത്തരം ആവിഷ്ക്കാരങ്ങളോട് ഇടഞ്ഞുനിൽക്കാനാവാത്ത മധ്യവർഗജീവിതങ്ങൾ അതിന്റെതന്നെ മിനിയേച്ചറുകളായി മാറി. 'എയർ കണ്ടീഷൻ ചെയ്ത ക്യാബിനുള്ളിൽ ഒന്നു കയറിപ്പറ്റുക. ഇരിക്കാൻ പറഞ്ഞാൽ രണ്ടു നിമിഷം ഇരിക്കാം, ഒന്നു പറഞ്ഞുനോക്കാം. എന്റെ അപേക്ഷയ്ക്ക് അല്പം മുൻഗണനതന്നാൽ ഞാൻ രക്ഷപ്പെട്ടു. പിന്നെ സംഘടനക്കും മുദ്രാവാക്യത്തിനുമൊന്നും എന്നെ ആരും നോക്കേണ്ട' (പരാതിപുസ്തകം തീർന്നു എന്ന കഥയിൽ) എന്ന മനോഭാവം ഇതു പ്രകടമാക്കുന്നുണ്ട്. 'നേർവളവു' കളിലെ ശ്രീകുമാരന്റെ ജീവിതവും പ്രബന്ധവും ഈ വൈരുധ്യത്തിന്റെ സൂക്ഷ്മാവിഷ്കാരമാകുന്നു.

1996

കവിതയിലെ ഭൂതബാധ

പ്രഭാവർമയുടെ ശബ്ദം വ്യത്യസ്തമാണ്. എന്നാൽ, പുതിയതല്ല. കവിതപുതിയതാകുമ്പോൾ കാവ്യഭാഷയിലും മുഴക്കങ്ങളുണ്ടാകും. ഉച്ചരിക്കുന്ന വാക്ക് പുതിയതാകണമെന്ന ശാഠ്യമുള്ള എഴുത്തുകാരൻ, പൂരിപ്പിക്കുന്ന സന്ദർഭം കൊണ്ടാണ് തന്റെ ഒച്ച വേറിട്ട് കേൾപ്പിക്കുന്നത്. ജീവിതത്തിന്റെ പ്രശ്നനിലകളിൽ പൊരുതിയുണരുന്ന വാക്കുകൾ ഭാഷയുടെ ശീലങ്ങളെയും പുതുക്കിപ്പണിയുണ്ട്. അംഗീകൃതഭാഷയോടുള്ള ഈ കലഹം പ്രഭാവർമ്മയുടെ കവിതകളിലില്ല. കാവ്യഭാഷയുടെ ജീവൽസ്പന്ദമാണ് ഇവിടെ അന്യം നിൽക്കുന്നത്. പകരം ശീതീകൃതമായ ഒരു കാവ്യഭാഷ അദ്ദേഹത്തിന്റെ വാക്കുകളെ വഹിക്കുകയാണ്. ഇത് കാവ്യപാഠത്തെ എങ്ങിനെ അകാലികവും നിർവീര്യവുമാക്കി മാറ്റുന്നു എന്ന ലഘുവായ ഒരന്വേഷണമാണ് ഇവിടെ നടത്തുന്നത്.

'അർക്കപൂർണിമ' യുടെ അവതാരികയിൽനിന്ന് തുടങ്ങാം. 'കവിതാരചനയ്ക്ക് സാർവത്രികമായ അനുമതി ലഭിച്ചതോടെ അപശബ്ദം. ഭിന്നവൃത്തം നിത്യദോഷം. ശത്രു ദോഷം. ഗ്രാമ്യം ഇവയൊക്കെ കവിതയിൽ തെമ്മാടിക്കെട്ടും കെട്ടി മുണ്ടും മടക്കിയുടുത്തുകൊണ്ട് മുഷ്ടി ചുരുട്ടി നൽക്കാൻ തുടങ്ങിയിരിക്കുന്നു' എന്ന് 'ധ്യേയവവും ധ്യാതാവും' എന്ന മുൻ കുറിപ്പിൽ നിത്യചൈതന്യയതി പരിഭവപ്പെടുന്നു. കവിതാ രചനക്ക് സാർവത്രികമായ അംഗീകാരം ലഭിച്ചത് അബദ്ധമായിപ്പോയെന്നും ഇത് കാവ്യഭാഷയിലുണ്ടാക്കിയ മാറ്റങ്ങൾ ഗുണപരമല്ലെന്നുമാണല്ലോ

യതി വിവക്ഷിക്കുന്നത്.

സമാധിസ്ഥമായ ഉപരിവർഗപ്രതിഭയടെ മിന്നലാട്ടങ്ങളാണ് കവിതയെന്ന ധാരണ തിരുത്തിയ മുഖ്യപ്രേരണ മുതലാളിത്ത വിപ്ലവമാണ്. ജനകീയമായ രൂപഭേദങ്ങളോടെ മാത്രമേ ആധുനിക നാഗരികത ഏത് സാഹിത്യ സ്വരൂപത്തെയും സ്വീകരിക്കുന്നുള്ളു. വൈരുദ്ധ്യ തീക്ഷ്ണമായ വർഗനില കാവ്യഭാഷയെ കീഴ്മേൽ മറിച്ചത് അതുകൊണ്ടാണ്. ശബ്ദ-വൃത്ത-ഗുണ-ശ്ലീല വിചാരങ്ങളുടെ അധികാര സേവ തിരിച്ചറിഞ്ഞ എഴുത്തുകാരെല്ലാം ഈ ക്രമബദ്ധതയെ നിശിതമായി എതിർത്തു പോന്നിട്ടുണ്ട്. സംസ്കൃത വൃത്തങ്ങളുടെ പേമാരിക്കിടയിലും ഭിന്ന വൃത്തം കൊണ്ട് രാമകഥ പാടിയപ്പോൾ എഴുത്തച്ഛൻ വ്യവസ്ഥാ വിരുദ്ധമായ തന്റെ നില കണ്ടെടുക്കുകയായിരുന്നു. വ്യവസ്ഥയെ പുലർത്തുന്ന ബോധരൂപങ്ങളോട് ഇടഞ്ഞുനിൽക്കുന്ന കവികൾക്കെല്ലാം നടപ്പുനിയമങ്ങൾ തെറ്റിക്കേണ്ടി വരുന്നു. യതിക്കു മുന്നിൽ 'തെമ്മാടിക്കെട്ടുംകെട്ടി മുണ്ടും മടക്കിയുടുത്തുകൊണ്ട് മുഷ്ടി ചുരുട്ടി നിൽക്കാൻ തുടങ്ങിയ കാവ്യഭാഷ കീഴാളന്റെ രൂപകം തന്നെയാണ്. മേലാളന്റെ ശബ്ദ-വൃത്ത-ഗുണ-ശ്ലീല വിവേചനങ്ങളുടെ പ്രതിബോധ പ്രകാശനമാണത്. 'താറും കുറ്റിച്ചൂലും പെരുവാനിറയെ തെറിയു'മായി (കടമ്മനിട്ട) ചില കവികളെങ്കിലും മുണ്ടും മടക്കി മുഷ്ടിചുരുട്ടി നിൽക്കുന്നു! അരോചകമായ ഈ കാഴ്ചയിൽ നിന്നും യതിയെ മുക്തനാക്കുന്നത്. വർമയുടെ 'കാവ്യതീർഥ' മാണ്. 'ഛന്ദോബദ്ധമായ പ്രഭയുടെ ശൈലി' അദ്ദേഹത്തെ ആശ്വസിപ്പിക്കുന്നു. പിൻകുറിപ്പുകാരനായ എം.പി. വീരേന്ദ്രകുമാറിനെ ആകർഷിക്കുന്നതും വർമയുടെ കവിതയിലെ 'പാരമ്പര്യത്തിന്റെ ഗുരുത്വം നിറഞ്ഞ ഉപാസന'യും 'തീരെ ഹിംസാത്മകമല്ലാത്ത' അതിന്റെ നിലയുമാണ്.

'വാക്കുകളുടെയും ബിംബങ്ങളുടെയും പ്രതിപാദനത്തെ സംബന്ധിച്ച പരികൽപനകളുടെയും കാര്യത്തിൽ ആധുനിക കവിത കൈകാണ്ട പരമ്പര്യ നിഷേധത്തിൽ തന്റെ സമകാലികരെപ്പോലെ പ്രഭാവർമ്മ വ്യാമുഗ്ദ്ധനായിട്ടില്ല' എന്ന് പ്രഭാവർമ്മയുടെ നില അടയാളപ്പെടുത്തുന്നത് അദ്ദേഹത്തിന്റെ ആദ്യകവിതാ സമാഹാരമായ സൗപർണികയുടെ അവതാരികാകാരനായ. രവീന്ദ്രനാണ് അദ്ദേഹം വിശദീകരിക്കുന്നു.:

> *തന്റെ കവിതയിലെ ഉത്കണ്ഠകൾക്കും ആശങ്കകൾക്കും കാരണമാകുന്ന യാഥാർത്ഥ്യത്തിന്റെ വൈരുദ്ധ്യങ്ങളെ ഈ കവി നോക്കിക്കാണുന്നത് ഒരു ഭൗതികവാദിയുടെ രീതിയിലല്ല. മൂർത്തമായ വൈരുദ്ധ്യങ്ങളെ അവയുടെ സൂക്ഷ്മഛായകളോളം പിൻതുടരുവാനോ അവയെ സംബന്ധിച്ച താർക്കികമോ കവിതാപരമോ ആയ നിഗമനങ്ങളിലേക്ക് കവിതയെ നയിക്കുവാനോ വർമ വ്യഗ്രതപ്പെടുന്നില്ല.*

വർത്തമാന ജീവിതത്തിന്റെ ഉത്കണ്ഠകളും ദുഃഖങ്ങളുമാണ് പ്രഭാവർമ്മയുടെ കവിതകൾക്കുള്ള മുഖ്യ പ്രേരണ. അത്രത്തോളം അത് പുരോഗമനപരമാണ്. എന്നാൽ, ഈ അനുഭവങ്ങളുടെ തീക്ഷ്ണതപോലും ഭൂതബാധയിൽ നിർവീര്യമാക്കപ്പെടുന്നു. ഭൂതകാലം ബാധയാകുന്നത് അതിൽ അഭിരമിക്കുമ്പോഴാണ്. അത് കവിക്ക് വർത്തമാനം നഷ്ടമാക്കുന്നു. കാലബോധത്തിന്റെ അഭാവത്തിൽ കവിത കോമാളിവേഷമാകുന്നു. എന്നാൽ, ഭൂതത്തെ പതിഞ്ഞിരുന്ന് പിടികൂടുന്നവരുണ്ട്. അവർ വീര്യമുറ്റി ഭൂതവേഷങ്ങളുടെ കെട്ടുകാഴ്ചകൾ വഴിയിലുപേക്ഷിക്കുന്നു, കടമ്മനിട്ടയുടെ കാട്ടാളനും കാളിയും നമ്മുടെ വർത്തമാന വ്യഥയും നാഗരിക നിസ്സംഗതയും പിളർന്നുയരുന്ന പുതിയ കരുത്താകുന്നുണ്ടല്ലോ. എന്നാൽ ജീവിതത്തിന്റെ പ്രശ്ന ഭൂമിയിലല്ല. പ്രഭാവർമയുടെ നിൽപ്പ്. അതുകൊണ്ടു പ്രയോഗിക പരിഹാരം അദ്ദേഹത്തിന് വിഷയമാകുന്നില്ല. മനസ്സിലെ തീ മാത്രമാണ് കവിയെ പൊള്ളിക്കുന്നത്. ഭൂതബാധ അതിനുള്ള ആത്മീയ പരിഹാരവുമാകുന്നു.

വളരെക്കാലമായി അടച്ചിട്ട കൊട്ടാരത്തിന്റെ വാതിൽ മെല്ലെ തുറക്കുന്ന അനുഭവം ഒരു കവിതയിൽ പ്രഭാവർമ്മ ആവിഷ്കരിക്കുന്നുണ്ട്.

.... വെളിച്ചത്തിൽ

കണ്ണുപൊട്ടിയോ കടവാവലിന്നതു വീണ്ടും

വർണഭിത്തിമേലടിച്ചരികത്ത് വീഴുന്നു!

ചിത്രഭിത്തിമേൽ പൊടിപടലം; എണ്ണഛായ-

ചിത്രമൊന്നുലഞ്ഞുവോ മെല്ലെ; ഷാന്റലിയർവെട്ട-

ത്താഴെ നിന്നൊരാൾ പള്ളിവാൾ തുടച്ചിറങ്ങിയോ?

സാലഭഞ്ജിക വരവേറ്റമട്ടൊതുങ്ങിയോ?

എന്നിങ്ങനെ നീളുന്ന ആ അനുഭവം പ്രഭാവർമയുടെ കവിതയിലേക്ക് കടക്കുന്ന വായനക്കാരന്റേത് കൂടിയാണ്. കവിതയുടെ പ്രാക്തന സുഗന്ധവും ദർശനങ്ങളുടെ പൗരാണിക പ്രകാശവും നിറഞ്ഞ ചിത്രങ്ങളിലൊന്നിൽ നിന്ന് ഏതോ ഒരു പഴയ കവി നടന്നടുക്കുന്നു. നടന്നു നടന്നു, തനിക്കും തലമുറകൾക്കും പിന്നിലെത്തിയ പ്രഭാവർമ്മ തന്നെയാവണം അത്. അല്ലെങ്കിൽ പിന്നെ

നിന്നു സ്പതാശ്വ സംയുക്ത-

രഥം തെല്ലിട വിണ്ണിലായ്

സൂര്യദേവനതിൽനിന്നും

പുത്രനോടൊത്തിറങ്ങയായ്

(അർക്കപൂർണിമ)

എന്നിങ്ങനെ തുടങ്ങുന്ന ആദ്യത്യപ്രവേശം ആധുനികനായ ഒരെ ഴുത്തുകാരന്റേതാണെന്ന് വിശ്വസിക്കാൻ കഴിയേണ്ടതാണ്.

'അന്നൊരു നാളിലസ്സൂര്യനകാലമേ-

യന്തിക്കടൽക്കരെ വന്നു

ഏറെയന്നോടിയ പച്ചക്കുതിരകൾ

ചോര തുപ്പീട്ടുകിടന്നു.'

(അന്തിത്തിരി : ഇടശ്ശേരി)

എന്നിങ്ങനെ മറ്റൊരു ആദ്യത്യപ്രവേശം നമ്മുടെ മനസ്സിലുണ്ട്. അകാലത്തെത്തിയ സൂര്യനും ചോരതുപ്പിയ പച്ചക്കുതിരയും വിതച്ച ക്ഷോഭം ആറിത്തണുത്തിട്ടില്ലാത്ത ഭാവുകത്വമാണ് ഇന്നും നമ്മുടേത്. അവിടേക്കാണ് അനുഷ്ടുപ്പിൽ ദേവരഥം വന്നു നിൽക്കുന്നത്!

അനുഭവങ്ങളിൽ നിന്ന് മുറിഞ്ഞുനിൽക്കുന്ന ഈ കവി അബോധത്തിൽ ബന്ധിതനാണ്. 'മഴ' നോക്കൂ വൈവിധ്യം നിറഞ്ഞ അനുഭവങ്ങളായാണ് അത് പെയിതിറങ്ങുന്നത്, പക്ഷേ കവിക്ക് ആ നനവറിയാനാകുന്നില്ല.

'മഴ പെയ്യുന്നു ചുറ്റുമെങ്കിലുമെനിക്കന്റെ

മുറിവിട്ടിറങ്ങാനാവുകില്ലെന്നോ;

മുറി പുറത്തുനിന്നും പൂട്ടിപ്പോയാവർ മഴച്ചാറ്റ-

ലെനിക്കു കൈയെത്താഹ്വ പോകുവാൻ വിധിച്ചെന്നോ?

മഴപെയ്യുന്നു ചുറ്റുമെങ്കിലും മനസ്സിന്റെ

വറുതിക്കനൽപ്പാടം നീറി നിൽക്കയാണൊരു

കണവും കാറ്റിൽ പാറി വീഴുകില്ലെന്നോ, മഴ

പടിപ്പുരക്കൽ വന്നു. വന്നപോൽ പിൻവാങ്ങുമോ?

അനുഭവങ്ങളുടെ പാരുഷ്യങ്ങളിലേക്കിറങ്ങുന്നതിൽനിന്ന് കവിയെ ആരോ വിലക്കുന്നു. അതിനാൽ മഴയെക്കുറിച്ച് കവി എഴുതിയതെല്ലാം സുരക്ഷിതമായ മുറിക്കകത്തു നിന്നുള്ള ജനൽക്കാഴ്ചകളാണ്. മരിച്ചവരുടെ കാലൊച്ചയായ്. മരച്ചില്ലകളിൽ പുതുമുളകളായ് തബലയിൽ വിളംബിത താളമായ്, ചെറുകുഞ്ഞുങ്ങളുടെ കലപിലയായ്, മുത്തശ്ശിക്കഥയുടെ പൊരുളായ്, കൗമാരത്തിൻ കനവായ്, മുജ്ജന്മ സുകൃതത്തിൽ ഹരിചന്ദനമിഴുകും കുളിരായ് പെയ്യുകയാവണം. മഴ എന്നു കവിക്ക് തോന്നുന്നു. രൗദ്രമായി , സംഹാരാത്മകമായി ഈ കവിക്കുമേൽ മഴ തൂങ്ങിനിൽക്കുകയോ പെയ്തിറങ്ങുകയോ ചെയ്യുന്നില്ല, സുശിക്ഷിതമായ ഈ ജനൽക്കാഴ്ച കാണാനും അതിൽ അഭിരമിക്കാനും കവിക്ക്

'തടവാം തടവൊക്കെ ചവിട്ടിപ്പൊളിക്കേണ്ടി' (ഇടശ്ശേരി) വരുന്നില്ല. 'കാലം' എന്ന കവിതിയിലും തന്റെ നിൽപിലെ സിസ്സംഗത കവി തന്നെ സാക്ഷ്യപ്പെടുത്തന്നുണ്ട്.

'ഇല്ല, കൂറ്റൻ നാൽച്ചുമരുകൾക്കുള്ളിൽ ഞാൻ

വന്നുശയിക്കുന്നൊരീമുറിക്കുള്ളിലെ ഭിത്തിമേലിന്നിൻ

കലണ്ടർ, ഇല്ലാത്തതിൽ കണ്ടെത്തുമെങ്ങനെ

ന്നിന്നിന്റെ നേരുകൾ വാതായനത്തിനുമപ്പുറം

വന്നു പിറക്കുന്നു പിന്നെയും സൂര്യപൂലർച്ചകൾ'

മഴയും സൂര്യപുലർച്ചകളും കവിക്കും കവിയുടെ അറയ്ക്കും പുറത്താണ്. ഉള്ളതിന്റെ പൊരുൾ അറിയാതിരിക്കുകയും (കാരണം അറിഞ്ഞീല) ഇല്ലാത്തതിന്റെ രൂപങ്ങൾ തിരിച്ചറിയുകയും (ഹൃഷികേശ്) ചെയ്യുന്ന അദ്വൈതത്തിലേക്ക് കവിയെ നയിക്കുന്നത് ഈ ഒറ്റപ്പെട്ട നിലയാണ്.

തോന്നലോ സത്യമോ ('ഒക്കെയും വെറും തോന്നലോ സത്യമോ'- സൗപർണ്ണിക) എന്ന സന്ദേഹത്തിന്റെ പൊരുൾ സൗപർണികയിൽ വിളയിക്കുന്നത് കർമത്തിലെ പാപവും അനുഷ്ഠാനത്തിലെ പുണ്യവും മുഖാമുഖം നിവർത്തിക്കൊണ്ടാണ്.

'നെഞ്ചകത്തുമിത്തീയണഞ്ഞില്ലക

ച്ചില്ലകൾ വാർന്നു തോർന്നില്ലൊരിക്കലും

കർമ്മബന്ധങ്ങൾ ബോധങ്ങളൊക്കെയും

വന്നെരിഞ്ഞീ നെരിപ്പൊടിൽ വീഴ്കയായ്

ഇച്ചിതത്തീയിൽ നിന്നെങ്ങു പോകുവാൻ?

നീറുമുൾത്തടം വിട്ടെങ്ങൊളിക്കാവാൻ?'

കർമ്മ ബന്ധങ്ങളും ബോധങ്ങളുമൊക്കെ നിർവീര്യമാകുന്ന ഉമിത്തീയാണ് നെഞ്ചകത്ത്. ഇവിടെ അകവേവാണ് മുഖ്യ പ്രശ്നം. ആ വിശപ്പുകെടുത്തുന്ന പുണ്യാനുഷ്ഠാനങ്ങളേതെന്ന് കവി തേടുന്നു. നീറുമുൾത്തടം വിട്ട് കർമം ചെയ്യണമെന്നും കർമ്മബന്ധങ്ങളിൽനിന്നും വ്യതിചലനം നൃപനെപ്പോലും കൃമിയാക്കുമെന്നും പാടിയ പഴയൊരു 'ഭക്തകവി' (പൂന്താനം) യെക്കാൾ വളരെ പിറകിലേക്ക് വർമ വഴുതി വീഴുന്നു. ഈ നിലപാടാണ്,

'അമ്പെയ്തതാരുമാവട്ടെ. യാരെയ്കിലും

നെഞ്ചിൽ തറഞ്ഞേ മരിച്ചുവീഴാൻ

കൈവന്നതീ ജന്മ, മീശാപ ബാധയിൽ

നിന്നിതിന്നേകാവൂ മുക്തിമാർഗം'

(ഹവ്യം)

എന്ന നിലയിലേക്ക് കവിയെ എത്തിക്കുന്നത്,. 'അറിയാതെയ്തെന്നാലും കൂരമ്പു കൂരമ്പല്ലോ' എന്ന് ഒരു കൈത്തെറ്റുപോലും ഉത്തരവാദിത്തത്തോടെ ഏറ്റെടുക്കുന്ന കവി(ത)കൾ (ജി.കുമാരപിള്ള) നമുക്കുണ്ടായിട്ടുണ്ട്. ഇവിടെയാകട്ടെ, അറ്റെവയ്തതാരുമാകട്ടെയെന്ന് ക്ഷാത്രവീര്യത്തിന് വിചാരണയിൽ നിന്ന് രക്ഷകിട്ടുന്നു. മരിച്ചുവീഴാനുള്ള ജന്മം ശാപഫലമാണെന്ന് സമാധാനിക്കുന്നു, കവിയെ ബാധിച്ച 'ഭൂതം' റിവൈവലിസ്റ്റുകളുടെ ആദർശലോകം തന്നെയായി മാറുന്നു. 'ആരറിഞ്ഞു കാലമായതൻ വൈഭവം! (സ്പ്നം) എന്നിങ്ങനെയുള്ള പൊതുതത്വങ്ങളിൽ ചെന്നുമുട്ടുമ്പോൾ നാം ആടിത്തിമർക്കുന്ന ഭുതസന്നിധിയിലാണെത്തുന്നത്. നാട്/ നാകം, തീ /വെള്ളം തുടങ്ങിയ വൈരുധ്യങ്ങൾക്ക് സമസ്ഥാനം നൽകിയ വൈഭവത്തെയും കവിവാഴ്ത്തുന്നുണ്ട് (ഗംഗ), ഭാഗ്യ/നിർഭാഗ്യങ്ങളും (യാത്രമുഖം) രസ- നിരസങ്ങളുമെന്നപോൽ(കടൽ പറഞ്ഞ കഥ) ജന്മത്തെ സാർഥകമാക്കുന്ന ദ്വന്ദ്വങ്ങളെയെല്ലാം അംഗീകരിക്കുന്ന കവി വർഗ വൈരുധ്യത്തിന് കൂടി സാധൂകരണം നൽകുകയാണ്.

കവിത വർമക്ക് ഒരനുഷ്ഠാനമാണ് അകത്തെ ഉമിത്തീ അണക്കാനുള്ള പാരണ. അതിന് നിയതമായ നിയമങ്ങളുടെ പൗരാണിക പാതയുണ്ട്. അത് പിന്തുടരുകയാണ് കവി. വർത്തമാന വേദങ്ങൾക്ക് കവി നടത്തുന്ന യജ്ഞമാണത് വൈദിക ക്രിയപോലുള്ള ഈ പിന്തുടർച്ച കവിതയെ ഔപനിഷികമാനങ്ങളിലേക്ക് ഉയർത്തുകയല്ല ഔപനിഷിക ഛായയിൽ തളക്കുകയാണ് ചെയ്യുന്നത്. ദേവാത്മക ചൈതന്യം, വിഷ്ണുപദി, പാപനാശിനീതീർത്ഥം, നക്ഷത്രരാശിപ്പൊരുത്തം, മുജ്ജമ സുകൃതം, ശംഖനാദ ശുചികർമദോഷം, മുക്തി പഥം, വേദമന്ത്രങ്ങൾ, പൂരാകൽപ ജന്മപ്രസാദങ്ങൾ, പഞ്ചഭുത സംയുക്തം, മുജ്ജമ പാപഗതി, നവധാന്യ മണികൾ, ബലി, കാലപുരുഷൻ, തപസ്സിന്റെ പുണ്യഭുമി, കർമസാക്ഷി തുടങ്ങിയ പദാവലികളുടെ പ്രയോഗങ്ങളും ആവർത്തനങ്ങളും കവിതയെ തീവ്രാനുഷ്ഠാനമാക്കുന്നു.

'തൊടിയിലുഞ്ഞാലുകെട്ടണം. ശ്രാവണ

പ്പഴമയെല്ലാം മറന്നുപോകുന്നുവോ?

....

സുകൃതമാണിത്തറവാട്ടിലിപ്പോഴും

പുലരുമീബന്ധ. മിങ്ങുപൂക്കുന്ന പൊ

ന്നരിയ ചമ്പകപ്പൂപോൽ സുഗന്ധിയാണിവിടെ ജീവിതം

(ഊഞ്ഞാൽ)

എന്ന വരികളിൽ അവതാരികാകാരനായ യതി മാധുര്യവും ഔദാര്യ വും കാന്തിയും കാണുന്നു. ഈ തറവാടിത്തവും വരേണ്യ സുഗന്ധിയായ ജീവിതവും അത് കെടാതെ നിർത്തുന്ന മതാത്മക ബോധവുമാണ് വർമയുടെ കാവ്യവീക്ഷണത്തിന് നിദാനം. പൊതുബോധത്തിൽ വർമ യെ സ്വീകാര്യനാക്കുന്നതും തളച്ചുനിർത്തുന്നതും ഈ അടിത്തറയാ ണ്. അവിടെനിന്ന് കുതറിമാറാത്തിടത്തോളം വർമയുടെ കവിതകൾ പുതിയ സംവേദനത്തിന്റെ പ്രശ്നഭൂമിയിൽ വിഷയമാവുകയേയില്ല.

1995

അകത്തേക്കകത്തേക്കു നീളുന്ന വീട്

വിട്ടുപോയ വാക്കിൽ തന്റെ ഉൺമയും അടർന്നുവീഴുന്ന ശിഖരത്തിൽ തന്റെ ഇരിപ്പും കണ്ടെടുക്കുന്ന ഒരു കവി അനന്തമായ അലച്ചിലുകൾക്കും ശിക്ഷക്ക/ അനുഗ്രഹിക്കപ്പെടുന്നു. ഈ അന്വേഷണം കർമ്മധർമ്മങ്ങളുടെ വഴിയും പൊരുളും അടയാളപ്പെടുത്തിയ മർമ്മജ്ഞാനത്തോടു കലഹിച്ചു പുതിയ വെളിപാടുകൾ തീർക്കുന്നു. സമഷ്ടിയുടെ പ്രേരണകൾ തേടി വീടുവിട്ട സിദ്ധാർത്ഥനെപ്പോലെ, അന്വേഷണത്തിന്റെ നിർബന്ധങ്ങളിൽ തന്നിലേക്കുതന്നെ ആഴ്ന്നിറങ്ങാൻ ധീരത കാണിച്ച ചുവടുകളാണ് ദേശമംഗലം രാമകൃഷ്ണന്റേത്. അതിനാൽ അദ്ദേഹത്തിന്റെ കവിത അകത്തേക്കു തിരിച്ചുവച്ച വീടാകുന്നു. വിട്ടു പോകുന്തോറും തുറക്കുന്ന വീടിന്റെ അറകൾ വ്യഷ്ടിസൂക്ഷ്മത്തിന്റെ ഊർജ്ജസ്രോതസ്സുകൾകൂടിയാണ്. യാത്ര/ പിൻയാത്ര ശിക്ഷ/ അനുഗ്രഹം ദ്വന്ദ്വങ്ങൾ തുറക്കുന്ന പാരായണത്തിന്റെ പൂരക സാദ്ധ്യതകൾ കാവ്യാനുഭവത്തെ ഒരു സാംസ്കാരിക ഇടപെടലായി വികസിപ്പിക്കുന്നു. ജീവിതത്തിന്റെ പ്രശ്നപാഠമായി കവിതയെ പരിണമിപ്പിക്കുന്ന ഈ രസതന്ത്രമാണ് ദേശമംഗലം കവിതകളുടെ അടിസ്ഥാന ഘടന നിർണയിച്ചിട്ടുള്ളത്.

ആശ്രയവും ആനന്ദവുമായ വിട് കവിതയുടെ പാഠാന്തരങ്ങളിലേക്കു പിൻവാങ്ങിയിരിക്കുന്നു. പോകമ്പോളമ്മ പറയുവാനോങ്ങിയ വാക്കു (രണ്ടാം ജന്മം) പോലെ അഭയത്തിന്റെ ജീവസ്പന്ദനമാണത്, വീടുതേടി വീട്ടിലും വാക്കിതേടി വാക്കിലും അമ്മയെത്തേടി അമ്മയിലും അല

യേണ്ടിവരുന്ന വിപര്യയത്തിന്റെ വ്യക്തവും സുക്ഷ്മവുമായ അടയാളങ്ങളാണ് യാത്ര/പിൻയാത്ര, ശിക്ഷ/അനുഗ്രഹം, ദ്വന്ദ്വങ്ങളും അവയുടെ വൈരുദ്ധ്യസൂക്ഷ്മങ്ങളുമായി പാരായണത്തിന്റെ ഇഴപരിയുന്നത്. ‘കാടിനകത്തു നൂറായിരം കാടുകൾ’ നിറയുന്ന പ്രകൃതിപ്രരൂപം ‘കാടുകൾക്കപ്പുറത്തൊറ്റയ്ക്കൊരു മരം’ (സൂര്യതീർത്ഥാടനം) നൽകുന്ന രൂപകദീപ്തിയിലാണ് തെളിഞ്ഞുവരുന്നത്.

‘പൂമഖവാതിൽപ്പടിയും കയറീട്ടിടനാഴിയിലൂടെ തെള്ളിത്തെള്ളിയിറങ്ങി നടന്നു മറഞ്ഞേപോയ കിങ്ങിണി കെട്ടിയ ബാല്യം’ തേടിയിറങ്ങിയ തീർത്ഥാടക (എൻ .എൻ കക്കാട്)ന്റെ ‘ശുഭദർശനം’ മിക്കപ്പോഴും ഈ കവിക്ക് അപ്രാപ്യമാകുന്നു. പൂമുഖവാതിൽ കടന്ന് അകത്തേക്ക് (പുറത്തേക്കല്ല) ഇറങ്ങിപ്പോയ തന്റെ തന്നെ ബാല്യം ഔപനിഷികാനന്ദവും സമഷ്ടിചോദനകളും സ്പർശിച്ചുനില്ക്കെ ‘തീർത്ഥാടന’ ത്തിനു സാഫല്യമായി. ‘തോഷമിയന്നു ഞങ്ങൾക്കാകുലമന്യേ പോയാലും’ എന്നു പിതൃദേവതകൾ അനുഗ്രഹിക്കുന്നു. ‘താതരാമായണ’കാരനുലഭിക്കുന്ന അനുഗ്രഹമാകട്ടെ, ‘തൊട്ടിലിൻ പരലോക സുഗന്ധവും തവിടിന്റെ മണവു’മാണ്; വിയർപ്പെഴും ‘അമ്മിഞ്ഞപ്പാലി’ന്റെയും ‘പലമുറം ചേറുകയും എണ്ണകാച്ചുക’യും ചെയ്യുന്ന ജോലിത്തിരക്കിന്റെയും ഒർമ്മകളാണ്. വ്യക്തിയുടെ സൂക്ഷ്മസമൃദ്ധികൾ വിളയിക്കുന്ന ആത്മായനം, അകത്തേക്കകത്തേക്കു നീളുന്ന വീടായി ഒരു ഘേദപ്രദക്ഷിണം പൂർത്തിയാക്കുന്നു. ‘ഇമ മുറിഞ്ഞ കൃഷ്ണമണി’യിലേക്കുതന്നെ കാഴ്ചകൾ മടങ്ങുന്നു.

വീട് അകത്തേക്കകത്തേക്കു സൂക്ഷ്മമാകുമ്പോൾ അതു വീട്ടുപോയവാക്കിനു രൂപകമാകുന്നു. വാക്കും വീടും അഭയപ്പുരകളല്ലാതാകുന്നു. അലങ്കൃതമായ വീട്ടിൽ ആഡംബരപൂർണവും പ്രതിഷ്ഠകൾ പോലെ ശിലാമയവുമായ ജീവിതം പുലർത്തുന്നവർക്ക് അപരിചിതമായ അനുഭവമാണിത്. സമാന്യ ബോധത്തിന്റെ നിയമങ്ങൾ ഭേദിച്ചുകൊണ്ടാണ് ഇവിടെ പാഠസ്വരൂപം തെളിയുന്നത്, ദൈവശാസ്ത്രബദ്ധമായ പിൻയാത്രയോ പീഡാനുഭവങ്ങളിൽനിന്നുള്ള ഒളിച്ചോട്ടമോ മാത്രമായി ഈ യാത്ര അടയാളപ്പെടാത്തത് ഏതെങ്കിലും ഒരാശ്രമം അലച്ചിലുകൾക്കു വിരാമമിടാത്തതുകൊണ്ടാണ്. രാമായണം നിഴലുകളാക്കി അരങ്ങുകൾ തോറും അലഞ്ഞവൻ പൗരാണിക സങ്കടങ്ങളുടെ രൂപകങ്ങളെ തന്റെ നിഴൽരൂപം വിഴുങ്ങിക്കളയുന്നതിനു സാക്ഷിയാകുന്നു (താതരാമയണം). ‘താത’ന്റെ ശരീരം വിരാടുരൂപം കൈക്കൊള്ളുന്നു അവയവങ്ങളിൽ നിന്നും ശക്തികൾ ഉയിർക്കുന്നു. നിതാന്തവും സാഹസികവുമായ അന്വേഷണം ഒരു ജഡക്കാഴ്ച്ചയിൽപ്പോലും വിസ്ഫോടനാത്മകമായ അറിവു വായിക്കുന്നു.

വീട്ടിലേക്കു തന്നെ മടങ്ങാം. ‘മുതു വളഞ്ഞ് അച്ഛനുണ്ടാക്കിയ കമാനത്തിലൂടെ നൂണു’ പോവുകയും അമ്മ പകർന്ന വംശഗാഥയുടെ കാന്താരവീര്യം ഒരു മരമായി കൈയേല്ക്കുകയും ചെയ്ത ബാല്യത്തിൽ

വീട് ഒരു കൂട്ടിയുടുപ്പാ (രണ്ടാജന്മം)യിരുന്നു. അഹിതകരമായ അനുഭവങ്ങളും അലസതയും കാഴ്ച നഷ്ടപ്പെടുത്തിയപ്പോഴാകട്ടെ. വീട് ഒരു വലയായി മാറി. 'പിരിഞ്ഞുപോയവരുടെ കാലൊച്ചകളോർത്ത് രാത്രി പനിച്ചുതുള്ളി' (ഈ വീട്) യപ്പോൾ മദ്ധ്യവർഗാലസത കൈവിട്ട് വിട്ടുപോയ വാക്കുതേടാൻ കവി നിർബന്ധിതനാകുന്നു. 'പൊട്ടിയ ഊടും പാവും പിഴതീർത്ത് ജന്മപരമ്പര നൂലും നിഴലും കോർത്ത കിനാവുപൂക്കുന്ന കസവുമുണ്ടുകൾ' (കടുകു പൂത്തപ്പോൾ)ക്ക് രൂപം നല്കലാണ് ഇവിടെ കവി ദൗത്യം.

ഇതെൻ പുരാതന ഗൃഹ, മിതിനൊന്നാം

അറയിൽ മുമ്പെന്നെ വിലങ്ങിലിട്ടതും

നിറപറക്കാലത്തടതന്നിട്ടച്ഛൻ

അരിച്ചാന്തൊപ്പിയെൻ കരതലം രണ്ടാം

അറവാതിക്കലായ് പതിച്ചുവച്ചതും

അടച്ചൊരീ മൂന്നാം അറയിലെന്നോപ്പോൾ

കയർത്തുമ്പിൽ തന്റെ പരിഭവം കോർത്തു

തുടരുകളായിത്തെറിച്ചു വീണതും

കറുത്ത ദുഃഖത്തിൽ കുടമുടച്ചതും

കരൾ കടഞ്ഞിപ്പോൾ സ്മരിക്കയാണു ഞാൻ

(പിതൃയാനം)

ഈ സ്മൃതി നടുക്കുന്ന അകക്കാഴ്ചകളാണ്. അറകളിൽ മുറിവാർന്ന ഒരു മനസ്സു മാത്രമല്ല ഒരു സമൂഹം തന്നെയുണ്ട്. കാലപ്പകർച്ചയിൽ പിണങ്ങിനിൽക്കുന്ന അധികാരവ്യവസ്ഥയിലെ ആന്തരവൈരുദ്ധ്യങ്ങളുടെ തീക്ഷ്ണദൃശ്യമാണിത്. ബലിയും പൊലിയും മുഖാമുഖം പ്രത്യക്ഷപ്പെടുന്ന അനുഷ്ഠാന നിലകളുടെ വിപര്യയം പൂർണമാക്കുന്നത് സമകാലാനുഭവങ്ങളുമായുള്ള പുരകബന്ധമാണ്. നിറപറയ്ക്കു നേർനിന്ന് ദുഃഖത്തിന്റെ കൂടുമുടയുന്നതും സ്മൃതി സമൃദ്ധിക്കു മുന്നിൽ വേരുപൊട്ടിയ ജീവിതം നിവരുന്നതും പൂരകഘടകങ്ങളായി വായനയിൽ പിണയുന്നു.

ഇനിയുമെത്ര കള്ളികളെങ്ങവ

യ്ക്കെഴും താക്കോലുകൾ മരിച്ചിരിക്കുന്നു?

(പിതൃയാനം)

എന്ന അന്വേഷണത്തിന്റെ ഫലപ്രാപ്തിയാണ് ദേശമംഗലത്തിന് ഓരോ രചനയും.

ഇമ മുറിഞ്ഞ കൃഷ്ണമണി

തൊലിയില്ലാത്ത വിയർപ്പ്

പല്ലിളിക്കുന്ന രാത്രികൾ

ധൂമകേതുവിന്റെ ഓരിയിടലുകൾ

വേറെന്താണിന്ന് നമ്മുടെ ജീവിതം

(നമുക്കിടയിൽ)

എന്ന് സമകാലാനുഭവത്തെ നേരിടുമ്പോൾ ഒരറ തുറക്കുന്നതുകാണുക:

അറിയാത്ത പഥങ്ങളിൽ നിന്ന്

തിരസ്കരിക്കാനാവാഹവ ഒരു വെളിച്ചം

ശാസിക്കാനാവാത്ത ഒരു പാവം അച്ഛൻ

നമ്മെ തൊട്ടു തലോടുവാനാവാതെ

നിത്യവതിയായ ഒരു അമ്മ

നമ്മെ ചിരിപ്പിക്കാനാവാതെ, ഒരു പെങ്ങൾ...

(നമുക്കിടയിൽ)

ഇങ്ങനെയൊരു അനുഭവശൃംഖല. ചുടുകാറ്റുനിറഞ്ഞ മുൻവഴിക്കും കനൽക്കാടു നിറഞ്ഞ പിൻവഴിക്കുമിടയിൽ കവി തുറന്നിടുന്നു.

അഭയദയായ വീടിന്റെയും വാക്കിന്റെയും സൂക്ഷ്മം തന്നെയാണ് ദേശമംഗലം കവിതകളിലെ അമ്മ. അസ്വാസ്ഥ്യജനകമായ വർത്തമാനങ്ങളും നവീനനാഗരികതയും ആ മൂലസങ്കല്പത്തിന്റെ തുടരുകൾ അറുത്തുകളയുന്നു. 'മടമ്പിൽ പിടഞ്ഞു കൊണ്ടിരിക്കുന്ന വേരുപൊട്ടിയ ഭൂമി' (കടവ്) യെക്കുറിച്ചും 'ചൂണ്ടിൽ ഞാന്നുകിടക്കുന്ന ഭൂമിയുടെ ഞരമ്പു' കളെ (അവന്റെ മയക്കം)ക്കുറിച്ചുമുള്ള ഉത്ക്കണ്ഠകൾ കവിയുടെ പ്രയാണ വേദനകളാണ്'. 'ഏതോ കാനനതടത്തിൽ നിന്നു തലയിലിറ്റിയ ഒരു തുള്ളിച്ചോര' കവിയെ അമ്മയിലേക്കുണർത്തുന്നു. 'സമുദ്രത്തിൻ നിന്നെന്റെ വഴി തുടങ്ങുന്നു. സമുദ്രത്തിലേക്കന്റെ വഴി മടങ്ങുന്നു' എന്ന അറിവിൽ ലവണമായി അമ്മ നിറയുന്നു.

'തുണയാരമ്മേ, എനിക്കുരുകിത്തിളയ്ക്കുന്ന

കടലിൻമീതേ, കനലാളുന്ന കരിമ്പന-

ക്കാടിനും മീതേ, താര'വലികൾ കറുക്കുന്ന

ഹൃദയാകാശത്തിനും മീതേ നീയകലുന്നു.

(സങ്കീർത്തനങ്ങൾ)

ഉരകിത്തിളയ്ക്കുന്ന കടൽ, കനലാളുന്ന കരിമ്പനക്കാട, താരാവലികൾ കറുക്കുന്ന ഹൃദയകോശം എന്നിങ്ങനെ ഭിന്നസൂചകങ്ങളിലൂടെ തെളിയുന്ന ചിത്രം അമ്മയുടേതുതന്നെയാണ്. വിശേഷണങ്ങളെല്ലാം പീഡാനുഭവത്തിന്റെ സൂചകങ്ങളാകുന്നു. ഇവയ്ക്കകത്ത് (മീതെ) ഒരു 'അകന്നു പോകുന്ന' അമ്മയുണ്ട്. പരിമിതാർത്ഥങ്ങളിലേക്കു കുറുകുന്ന അമ്മയും അനന്തപാഠങ്ങളിലേക്കു പറന്നുയരുന്ന അമ്മയും മുഖാമുഖം തെളിയുന്നു. പല മുറം ചേറിനില്ക്കുന്ന അമ്മ, അകത്തമ്മയ്ക്ക് എണ്ണ കാച്ചുന്ന അമ്മ, അലക്കുകാരിയായ അമ്മ, തവിടും വിയർപ്പും മണക്കുന്ന അമ്മ. താളും തകരയും തേടിപ്പോയ അമ്മ എന്നിങ്ങനെ അമ്മയുടെ പ്രവൃത്ത്യുന്മുഖമായ ദൃശ്യങ്ങളുടെയെല്ലാം വൈകാരികാനുഭവങ്ങളിലേക്കുള്ള പരിഭാഷയാണ് ഉരുകിത്തിളയ്ക്കുന്ന കടലും കനലാളുന്ന കരിമ്പനക്കാടുമെല്ലാം. ഒരു സാധാരണ കേരളീയസ്ത്രീയുടെ സ്ഥൂലാനുഭലങ്ങളിൽ നിന്ന് 'ആദർശാത്മകമാതൃത്വ'ത്തിലേക്കു തെന്നിവീഴുന്ന ഛായാഗ്രഹണ കൗശലത്തിന്റെ മുഖ്യ ഉപാധിയാകുന്നത് ഈ അമൂർത്തവത്കരണമാണ്. ഇവിടെ അമ്മ പ്രകൃതിയുടെ ആദിമ ഹേതുവാകാം. അതുകൊണ്ട് അമൂർത്തവൽക്കരണത്തോടൊപ്പം പ്രകൃതിവൽക്കരണവും വിശേഷണത്തെ സമ്പുഷ്ടമാക്കുന്നു. കടൽ/ ഉരുകുന്ന കടൽ, കാട്/കത്തുന്നകാട് എന്നിങ്ങനെ വിപരീതങ്ങൾകൊണ്ടു തീപടരുന്ന സമഷ്ടിചേതനയുടെ വിഹ്വലതകൾ പകർത്തുന്നു. കൂടുതൽ കൂടുതൽ തെളിഞ്ഞിവരുന്നത് കൂടുതൽ കൂടുതൽ അകലുന്ന അമ്മയാണ്. ആ അമ്മയുടെ ഛായയിലാണ് കടലും കരിമ്പനക്കാടും ഹൃദയാകാശവും അർത്ഥപൂർണ്ണമാകുന്നത്.

രണ്ട്

ജന്മനക്ഷത്രം പൊഴിഞ്ഞുകിടക്കുന്ന
കുന്നിൻ ചരിവിലൂടാരോ നടക്കുന്നു
മെല്ലെയിക്കണ്ണിൽചെതുമ്പലഴിക്കുക
കല്ലായിരുന്നതിൽ കാരുണ്യമറിയുക

കണ്ണേ, നടക്കു ക്ഷണിക്കുന്നു നമ്മുടെ
ഖിന്നപഥങ്ങളിൻ കാന്താരദേവകൾ
കാണുന്നതിനർത്ഥമോരാതിരിക്കുക
കാട്ടുമുളകൾക്കു കാതോർത്തുപോവുക

പൂവുകൾ ദുരെയാണേറെ നടക്കണം

പൂക്കൂട നെയ്യുന്നു പ്രാണഞരമ്പുകൾ

(ഇനി എത്ര നാളുകൾ)

കാണാതായ കുട്ടികളെയും വിട്ടുപോയ വാക്കുകളെയും തേടിയിറങ്ങിയവനെ കാടുകൾ വിളിക്കുന്നു. അവന്റെ ഖിന്നപഥങ്ങളിൽ പൂചൊരിയാൻ. 'സ്വപ്നവാസവദത്ത' ത്തിലെന്നപോലെ പൂ ഒരു പരിഹാരമാവുകയാണ്. 'പൂവുകൾ കൈവിട്ടുപോയ നാളുകൾ ജീവജലത്തിൻ കുടങ്ങൾ പൊട്ടിയ അനുഭവമാണ് നാട്ടുവഴികൾ കവിക്കു നല്കുന്നത്. 'പണ്ടുപണ്ട് ഓന്തുകൾക്കും മുമ്പ്, ദിനോസറുകൾക്കും മുമ്പ് ഒരു സായാഹ്നത്തിൽ നടക്കാനിറങ്ങിയ രണ്ടു ജീവബിന്ദുക്കൾ' (ഖസാക്കിന്റെ ഇതിഹാസം- ഒ.വി വിജയൻ) കവിയിൽ അന്യോന്യപൂരകമായ ജീവസങ്കല്പമാകുന്നു. 'അനുജത്തീ. നീയെന്നെ മറന്നല്ലോ! എന്ന ചെമ്പകത്തിന്റെ വിലാപം ഈ കവിയെ പിന്തുടർന്നുകൊണ്ടിരിക്കുന്നു. തന്റെ വംശത്തിന്റെ വിനാശകരമായ ഇടപെടൽ ദൂരെയാക്കിയ പൂക്കളെപ്പോലും അജ്ഞാതമായ ഒരു തൃഷ്ണയിൽ തേടിയെത്തുകയാണ് കവി, 'ഇറുത്തെടുക്കാനുള്ളത് അറുതിയില്ലാത്ത ഉദയങ്ങളാ'ണെന്ന് കവിതകൾ സാക്ഷ്യം നിൽകുന്നു. അതിനാൽ 'പ്രാണഞരമ്പുകൾ കൊണ്ടാണ് പൂക്കുടകൾ നെയ്തി'രിക്കുന്നത്. നിറയെ വസുന്ധര പൂത്തുനിന്നീടിലും നിറയാത്ത രീതിയിൽ പെരുകിയിരിക്കുന്നു നമ്മുടെ പൂക്കളം - നമ്മുടെ തൃഷ്ണകൾ. ഈ ദൗർഭാഗ്യത്തെ മറികടക്കാൻ കവി പോംവഴി നിർദ്ദേശിക്കുന്നു.

പൂവുകൾ തേടി നടക്കേണ്ട- നമ്മളിൽ

പൂവമ്പു പൂക്കുന്ന താഴ്വരകൾ കാണുക

(ഇനി എത്ര നാളുകൾ)

'നമ്മുടെ മരണം' എന്ന കവിതയിലും സവിശേഷമായ ഒരു പൂവനുഭവമുണ്ട്.

'പഴയൊരാപ്പൂവുകൾ വാടാതെ നിൽക്കയാൽ

ഇനിയുമീ രാത്രികളെത്ര പ്രിയങ്കരം!'

'പിതൃക്കളുടെ കിടപ്പറയിലേക്കു നീണ്ട വേരുകളും മൃതിയുടെ മുലപ്പാലുകുടിച്ചു തിടംവച്ച ചില്ലകളുമുള്ള ചെമ്പക'ത്തിന്റെ പൂക്കൾ തന്നെയാവണം 'പഴയൊരാപ്പൂവുകൾ.' ഈ അറിവിലാണ് ഒ.വി വിജയനു സമർപ്പിച്ച സങ്കീർത്തനങ്ങൾ എന്ന കവിത ശ്രദ്ധേയമാകുന്നത്.

സ്വപ്നത്തിന്റെ പച്ചിലമരത്തിൽ

ഒരു പൂവള്ളി പടരുന്നു.

....

പിന്നെയും പൂവള്ളി യാത്രയായി

മുകളിലേക്കു മുകളിലേക്കു

പച്ചിലമരം ഇന്ന് ഒറ്റയ്ക്കാണ്

പുലർക്കാലത്ത് ഒരു പൈതൽ

എന്നും വന്നു കൈനീട്ടുന്നു

'താതാ, എന്റെ അമ്മ എവിടെ?'

തന്റ ചില്ലയൊടിച്ചു പൂവിറുത്തപ്പോൾ അനുജത്തിയുടെ മാറവിയെപ്പറ്റി ഖേദിച്ച ചെമ്പകം വിനാശകരമായ നിഷേധങ്ങൾക്കെതിരെ, ആദിപ്രകൃതിയായി പ്രതിഷേധിക്കുന്നു. ദേശമംഗലത്തിന്റെ കവിതയിൽ അനുജത്തി കുറേക്കൂടി വളർന്നിട്ടുണ്ട്. വികസിച്ച മനുഷ്യബോധത്തിന്റെ പിൻബലത്തിൽ തന്റെ നിരാലംബതയും അസ്വസ്ഥതയും അവൾ പങ്കുവയ്ക്കുന്നു. വേരുകളിലൂടെ,. ചില്ലകളിലുടെ, ഇലകളിലൂടെ, പൂക്കളിലുടെ തെളിഞ്ഞുവരുന്ന പിതൃച്ഛായയിൽ മുഴുകി അവളന്വേഷിക്കുന്നു. 'താത എന്റെ അമ്മ എവിടെ?' അന്ധമായ ആശ്രിതത്വമല്ല, വിപ്ലവാത്മകമായ നിഷേധമാണ് ഈ പിൻനോട്ടത്തിന്റെ കാതൽ.

ഒരിക്കൽ കൂട്ടിൽ നിന്നുമിറങ്ങിപ്പോന്നു

പലതാവഴികളായ് പുളച്ചുപാഞ്ഞൂ കുന്നു

കേറുമ്പോളിടയ്ക്കിടെ കിതച്ചുനിന്നൂ പിന്നിൽ

നിന്നേതോ വിരലുകൾ പിടിച്ചുവലിക്കുന്നു

(സങ്കീർത്തനങ്ങൾ)

ഏതുകൊടുമുടിത്തുഞ്ചത്തുമെത്തി

കാലിൽ പിടിച്ചു വലിക്കും കടൽ

(മറുപുറം)

എന്നിങ്ങനെ വീടു വിട്ടു ഏതെല്ലാമോ നാട്ടിലൂടെ അലയുമ്പോഴും യാത്രയുടെ ജൈവാസ്പദങ്ങളിലേക്കു തിരിയുകയാണ് കവിശ്രദ്ധ. ഒരു സായാഹ്നത്തിൽ നടക്കാനിറങ്ങിയ രണ്ടു ജീവബിന്ദുക്കളുടെ വഴിയും താവഴിയും വരയ്ക്കുകയാണ് ദേശമംഗലം.

ജീവിതത്തിന്റെ വൃക്ഷരൂപകത്തിൽ-നെഞ്ചിലെ നീലക്കുറിഞ്ഞിയിൽ(നാട്ടുവഴികൾ) - മുഖം പൂഴ്ത്തുമ്പോഴാണ് കഥയുടെ കസ്തൂരിക്കാട്ടിലെ വാസനപ്പുതുമകൾ കവിയുടെ മുഖത്തുരുമ്മുന്നത്. കൊടും രാത്രികൾപോലും നമുക്ക് പ്രിയങ്കരമാക്കുന്ന 'പഴയോരാപ്പൂവുകൾ' പഴമയുടെ പൂവുകളല്ല. 'പൊട്ടിയ വേരിൽ പിടഞ്ഞറ്റുപോകുന്ന കാല' (അവതാര ദുഃഖം) മാണ് പലപ്പോഴും പഴമയെ പുനരുത്ഥാനവാദത്തി

ന്റെ അരുമയാക്കി മാത്രം നിർത്തുന്നത്. ഇവിടെ ജീവജലത്തിന്റെ - സംസ്കാരത്തിന്റെ -ഉറവയാണത്.

എത്തുവതെന്നുമോരേയാറ്റുവക്കിലാ-

ണെത്ര ജന്മങ്ങൾ നടക്കിലും സോദരാ.

എന്നു കവി സമാറതാന്വേഷണങ്ങളുടെയും ആത്യന്തിക തീരമായി ഈ പ്രവാഹത്തെ കാണുന്നു. വരണ്ടുകിടക്കുന്ന നിളയിലും കവിക്കു മുങ്ങിക്കയറാൻ കഴിയുന്നത് ആദ്യപ്രേരണകളുടെ ഈ ജീവധാര കണ്ടെടുക്കുന്നതുകൊണ്ടാണ്. 'കാലടിയുള്ളത്തിൽ നിന്നും പൊട്ടിപ്പോകുന്ന നറുംപച്ചവേരുകൾ അതിന്റെ മൂലത്തിലേക്കു വലിക്കുകയാണ്. ഈ അകസ്പന്ദത്തിലാണ് രണ്ടടി മേലെ വയ്ക്കുമ്പോഴും രണ്ടായിരം കോൽ താഴ്ച(വരികൾ) പ്രത്യക്ഷമാകുന്നത്,. 'ആരുടെ ബലിനെല്ലു മുളച്ചു ഞാറായെന്റെ ഓർമ്മയ്ക്കുകതിരിടാൻ', 'ആരുടെ വിരൽച്ചരടിവിടെയനങ്ങുന്നു', 'ആരുടെ വിചാരങ്ങളാണിതിൽ നടിക്കുന്നു', 'ദൂരെനിന്നാരോ വിളിക്കുന്നു. ആരെന്റെ മുന്നിലിരുളും വെളിച്ചവും കൂടിച്ചൊരിഞ്ഞു പതച്ചുനില്ക്കുന്നു എന്നിങ്ങനെ പ്രത്യക്ഷപ്പെടുന്ന പരൻ, പിരിഞ്ഞുപോയവരുടെ ഉൺമയായ ഈ പ്രവാഹം തന്നെയാണ്.

'അമ്മയുടെ വഴി മുറിഞ്ഞുപോവുകയും തുമ്പികളെല്ലാം വിടപറയുകയും'(കടവ്) ചെയ്തപ്പോഴാണ് താനായി ജീവിക്കുന്ന ആത്മവീര്യത്തോട് 'താതാ എന്റെ അമ്മ എവിടെ?' എന്ന അന്വേഷണമുയരുന്നത്, സമഷ്ടിയുടെ ഭുതചോദനകളിലേക്കുള്ള പ്രയാണത്തിൽ പിതാവ് വേരും വഴിയുമാകുന്നു. 'ആഴത്തിൽനിന്നായിരം പുള്ളേർക്കുടം മീട്ടി' വരികയും 'മകനായ പൊരുൾ കണികണ്ടുപോക'യും (പിതൃസൂക്തം) ചെയ്യുന്നു പിതാവ്. ഈ കവിതകളിൽ ആത്മായനത്തിന്റെ പ്രികൃതികചിഹ്നങ്ങൾ ഉറവയെടുക്കുന്നത് പിതൃസ്മൃതികളിലൂടെയാണ്. സ്മൃതിയുടെ ഒരു നിഴലരങ്ങിൽ പിതാവിന്റെ രൂപം നോക്കുക:

'പാദത്തിൽ പാദം. കാലിൻവണ്ണയിൽ ഗദ, മുട്ടിൽ

ബാലിയും, തുടകളിൽ അഹല്യ, ചൂട്ടും കത്തി

ച്ച്യരും ശിവലിംഗത്തുമ്പിലായ് ധനുസ്സുകൾ,

പൊക്കിളിൽ ഗൂഹൻ തോണി നിർത്തുന്നു.

കരിനെഞ്ചിൽ ശൂർപ്പണഖയെ നോക്കി കളിവാക്കോതുന്നവൻ.

കൈത്തണ്ടിൽ ഇരാവണൻ, പുറത്ത് ലങ്കാലക്ഷ്മി,

വലംകൈത്തലത്തിലായ് യാത്ര ചോദിക്കും പ്രിയ

മകന്റെ മുമ്പിൽ തുമ്പിക്കൈയറ്റ ദശരഥൻ,

ഇടംകൈത്തലത്തിലായ് ശിംശിപാവൃക്ഷച്ചോട്ടിൽ

ഇടറും ദേവി!- എന്റെ താതനിൽ വ്യഥയുടെ

കഥകൾ വായിക്കുന്നേൻ'

(താതരാമായണം)

മൂന്ന്

പ്രാദേശികമായ സംസ്കാരത്തനിമ കവിതയുടെ ജൈവഘടനയിൽ ഏറ്റുവാങ്ങിയിട്ടുള്ള കവിയാണ് ദേശമംഗലം രാമകൃഷ്ണൻ. വള്ളുവനാട് തലപ്പിള്ളി താലൂക്കുകളുടെ കലയും ജീവിതവും പാരമ്പര്യവുമാണ് ഈ കവിതകളുടെ അന്തർധാര. സംസ്കാര ദേശീയതയുടെയും സംസ്കാര സാമ്രാജ്യത്വത്തിന്റെയും അധിനിവേശ തന്ത്രങ്ങളോടു പൊരുതി നില്ക്കുന്ന കേരളീയ കവിതയുടെ കരുത്താർന്ന മുഖം എന്ന നിലയിൽ ദേശമംഗലം കവിത പ്രഥമ ഗണനീയമാണ്. പരസ്യവാക്യം, മുദ്രാവാക്യം, വൃത്താന്തശകലം എന്നിവയുടെ മൂലധനാധിഷ്ഠിത വ്യവസ്ഥയിലെ പാഠങ്ങളായാണ് കവിതയുടെ ആധുനികോത്തരത ഇപ്പോൾ പ്രത്യക്ഷപ്പെടുന്നത്. അനുഭവങ്ങളെ ഏകീകരിക്കുകയും വ്യവസ്ഥപ്പെടുത്തുകയും ചെയ്യുന്ന അക്കാദമികളായി അവയിൽ മിക്കവയും മാറിയിട്ടുണ്ട്. മലയാളത്തിൻ അത്യധികം കൊണ്ടാടപ്പെടുന്ന ഈ അംഗീകൃത കവിതകളുടെ അനുഭവക്രമത്തിൽ നിന്നും വഴിപിരിഞ്ഞു നിൽക്കുകയാണ് ദേശമംഗലം രാമകൃഷ്ണന്റെ വാങ്മയം.

പീഡാനുഭവങ്ങളെ നക്ഷത്രക്കാഴ്ചകളാക്കുന്ന മായാജാലം ഈ കവിക്കു വശമില്ല 'പൂമരക്കൊമ്പിലണിയിച്ചു തൂക്കി നാം ആരുടെ നെഞ്ചിലെ താരകങ്ങൾ' (നിശാനിയമം) എന്ന് ഇത്തരം കാവ്യകൗശലങ്ങളെയാണ് ദേശമംഗലം വിചാരണ ചെയ്യുന്നത്.

പാടത്തു കമ്പിക്കാലും സിമന്റും നിറയവേ

ഞാറ്റുപാട്ടിലെ വർണഭംഗികൾ മറയവേ

(വേനൽക്കൊറ്റികൾ)

നഷ്ടമാകുന്ന ജീവിതവും സംസ്കാരവും കവിയെ വേദനിപ്പിക്കുന്നു. 'ചേറുനാറുന്നുണ്ടെൻ കാലിലിപ്പോഴു'മെന്ന് അയാൾ ഏറ്റുപറയുന്നു. ചേറിന്റെ നാറ്റം മണ്ണിന്റെ സങ്കടങ്ങളിലേക്ക് (മണ്ണ്) ആനയിക്കുന്നു. മണ്ണിന്റെ മാംസഗേഹങ്ങളിൽ സന്ദേശമെത്തിക്കുന്ന ചോരഞരമ്പുകളും(കൂടപ്പിറപ്പുകൾ) മണ്ണിനടിയിലെ ജന്മാന്തരങ്ങളിൽ കണ്ണുവിടർന്നു പറക്കുന്ന കിളികളും (കത്തുന്ന ചുണ്ടുവിരൽ) കവിയെ വേട്ടയാടുന്നു. അമ്മയെപ്പോലെ, വിട്ടുപോയ വാക്കുപോലെ അകന്നു പോകുന്ന മണ്ണിൽ കാലമർത്താൻ തുനിയുമ്പോഴാണ് രാമകൃഷ്ണന്റെ കവിത സവിശേഷമുദ്ര സ്വായത്തമാക്കുന്നത്. 'എനിക്കു വേണ്ട കഴുകന്റെ ചി

റകിൻ കീഴിലിരുന്നുള്ള പാട്ടുകൾ' എന്നു പ്രഖ്യാപിക്കുകയും 'ചുരുങ്ങിയത് നാമെന്തു ചെയ്യണം? സംശയാലുക്കളെങ്കിലുമാകേണ്ടതില്ലയോ' (അവസാനത്തെ പതിപ്പ്) എന്നു സന്ദേഹിക്കുകയും മാത്രമല്ല കവി ചെയ്യുന്നത്, 'തട്ടീട്ടും പോണില്ല ചോണനുറുമ്പ്, മുട്ടീട്ടും പോണില്ല ചോണനുറുമ്പ്...', തപ്പോ തപ്പോ തപ്പാണി തപ്പുകുടുക്കേലെന്തൊണ്ട്?' (എന്റെ ഉറുമ്പുകൾ) 'ചെല്ലക്കിടാങ്ങളേ, ഉണ്ണിക്കിടങ്ങാളേ കട്ടോടഞ്ചാത്തനാണച്ഛൻ...' (നാട്ടുവഴികൾ) തുടങ്ങിയ നാടോടിശീലുകളുടെ ചൈതന്യം കവിതയുടെ ഭാഗമാക്കുകയും ചെയ്യുന്നു. ഓർമ്മകളും പഴങ്കകഥകളും തന്റെ നാടിന്റെയെന്നപോലെ തന്റെ കവിതകളുടെയും അവിഭാജ്യഭാഗമാക്കാൻ കവിക്കു സാധിച്ചിട്ടുണ്ട്. 'പൊലിപൊലിയെന്നാർമ്മകളേ, പഴമണ്ണിൽ കൈമുദ്രകളെ' എന്നു (കുലപതി) കവി തന്റെ കവിതകളെ വിളിച്ചുണർത്തുന്നു.

-പുലർ പറയാത്ത കഥയ്ക്കു വേഷം കെട്ടാൻ

നിഴലോരോന്നും വന്നിപ്പുഴയിൽ കുളിക്കുമ്പോൾ

കടവിൽ തനിച്ചായി നിൽക്കുന്നേൻ, ബലിവാവു

വിളിക്കും മരക്കൊമ്പിൽ കറുത്ത വിലാപങ്ങൾ.

അമ്പിളി നിഴലായി സൂര്യനും നിഴലായി

അസ്തമയങ്ങൾ കെന്തിക്കേറുന്നു ഹൃദയത്തിൽ,

കറുത്ത മഴയിതിൽ വെളുത്ത തിരശ്ശീല പ്പടർപ്പിലന്ത്യോദക

ച്ചിന്തു നേരുന്നേൻ താത,

ബ്രാഹ്മാണ്ഡപ്രളയത്തിൽ അന്ധനായലയുന്നേൻ

(താതരാമായണം)

ഈ വരികളിൽ നിഴലായിത്തെളിയുന്ന പാഠമറിയാൻ കവിയുടെ മണ്ണ് തിരിച്ചറിയേണ്ടിവരും. ആ മണ്ണിലെ 'വണ്ടിവേഷങ്ങൾ' മുതൽ നിഴൽക്കുത്തുവരെ നമ്മുടെ കാഴ്ചയിൽ തെളിയേണ്ടിവരും.

'നിഷേധത്തിന്റെ കൊഴുവാൽ സ്വന്തം നെഞ്ചു കീറി' (കാണാതെ പോകുന്നവർ) മണ്ണും അമ്മയും വാക്കും വീടും വീണ്ടെടുക്കുന്ന ഈ കവിയെ തിരിച്ചറിയാൻ ഇനിയും ഏറെ പഠിക്കേണ്ടതുണ്ട്

1995

കടമ്മനിട്ടക്കവിതയും കേരളീയ പൊതുബോധവും

മധ്യവർഗാഭിരുചികളുടെ തടവിൽ കേരളീയ ജീവിതം ഉദാസീനവും സമര വിമുഖവുമാവുകയാണ്. ജീവിതസാഹചര്യം ക്ലേശകരമാകുമ്പോഴും ഉപഭോഗതൃഷ്ണകളിൽ ജ്വലിച്ചു ചാമ്പലാവാൻ നീക്കിവെക്കപ്പെട്ട ശലഭ ജീവിതമാണ് ഇന്ന് ഒരു ശരാശരി കേരളീയനുള്ളത്, ഉദാര ജനാധിപത്യവും സ്വതന്ത്ര വിപണിയും നടത്തിപ്പോന്ന രാഷ്ട്രീയ ദൗത്യത്തിന്റെ ഈ പരണതികൾ സമരാനുഭവങ്ങളുടെ ഭൂതകാലത്തെയൊട്ടാകെ ഒരു കെട്ടുകഥയാക്കി മാറ്റുന്നു. ബുർഷ്വാ ദേശീയ സംസ്കാരത്തിന്റെതന്നെ നിരാസത്തോളമെത്തിയ 'തുറന്ന' മനോഭാവങ്ങൾക്ക് ഈ ജനത പിഴയൊടുക്കുകയാണ്. നവീനവും വിഭ്രാന്തവുമായ ഒരന്യവൽക്കരണത്തിന് നാം ഇരയാകുന്നു വിപണിയുടെ മായാജാലങ്ങൾക്ക് തൃപ്തിപ്പെടുത്താനാവാതെ പോകുന്ന ആന്തരിക സംഘർഷങ്ങളുണ്ടെങ്കിൽ അത് ഓർമ്മിപ്പിക്കുന്നത് കേരളീയ ജീവിതത്തിന്റെ അറ്റുപോയ തുടരുകളെയാണ്.

ഭിന്നസംസ്കൃതികളെ മുറിച്ചുകടന്നുള്ള കാഴ്ചയും വായനയും സ്വായത്തമാക്കേണ്ടതിനു പകരം നമ്മുടെ ബൗദ്ധിക മണ്ഡലം അധിനിവേശ സംസ്കാരങ്ങൾക്ക് കീഴ്പ്പെടുത്തുകയായിരുന്നുനാം. നവീനമായതെന്തും എടുത്തണിയാനുള്ള കൗതുകം ആപൽക്കരമായി. അഭിരുചി വ്യവസായത്തിന്റെ ബുദ്ധി കേന്ദ്രങ്ങൾക്ക് മുന്നിൽ ജീവിതത്തിന്റെ സമസ്ത വാതായനങ്ങളും നാം തുറന്നിട്ടു. ചുറ്റുപാടുകളിൽ നിന്ന് 'സ്വതന്ത്ര'മാക്കി നാം നടത്തിയ എല്ലാ 'ശുദ്ധ' ബൗദ്ധിക സംവാദങ്ങ

ളും പഠനങ്ങളും ഈ അധിനിവേശത്തിന്റെ പടവുകളായി. കൊട്ടിഘോഷിക്കപ്പെട്ടത്. ബൂർഷ്വാവ്യക്തിവാദവും നിരാശാവാദവും പടവുകളുമായി. കൊട്ടിഘോഷിക്കപ്പെട്ടത്, ബുർഷ്വാവ്യക്തിവാദവും നിരാശാവാദവും പ്രത്യയശാസ്ത്രങ്ങളുടെ മരണവുമാണ്.

സമൂഹത്തിന്റെ സൂക്ഷ്മകോശങ്ങളിലേക്ക് കൂടി പൊരുതിയിറങ്ങിത്തുടങ്ങിയ സാമ്രാജ്യത്വ സാംസ്കാരികധിനിവേശത്തിന്റെ ദുഷ്ഫലങ്ങൾ നാം അനുഭവിച്ചു തുടങ്ങിയിട്ടേയുള്ളു. ലോകമെങ്ങും കീഴാളരുടെ ആത്മവീര്യവും പോർവീര്യവുമുണർത്തിയ മുപ്പതുകൾക്കു ചുറ്റും നടന്ന പോരാട്ടങ്ങളുടെ ഉപലബ്ധിയായ ഒരു പൊതുബോധത്തിന്റെ തറയിലാണ് ഈ അവിഹിതവേഴ്ച അരങ്ങേറിയത്.

സാമൂഹിക പരിഷ്കരണ പ്രസ്ഥാനങ്ങൾ കേരളീയ പൊതുബോധത്തെ മാതാത്മകതയുടെ ഊടുവഴികളിൽ നിന്ന് നവീന രാഷ്ട്രീയത്തിന്റെ വിശാലതയിലെത്തിച്ചു. ജീവിതത്തിന്റെ ശാസ്ത്രീയ സമീപനത്തിന് പ്രസക്തികൈവന്നു. ചന്തുമേനോന്റെ നോവലും ആശാന്റെ കവിതകളും ശാസ്ത്രാവബോധത്തോടെയുള്ള വായനാപ്രയോഗത്തിന് വഴി തുറന്നു. ജനാധിപത്യാശയങ്ങൾക്കൊപ്പം തന്നെ സോഷ്യലിസ്റ്റാശയങ്ങളും ഫ്രഞ്ചു വിപ്ലവത്തിന്റെയും ഒക്ടോബർ വിപ്ലവത്തിന്റെയും പാഠങ്ങളും മാർക്സിയൻ കൃതികളും മലയാളത്തിൽ പ്രത്യക്ഷപ്പെട്ടു. കർഷകരുടെയും കർഷകത്തൊഴിലാളികളുടെയും കൃഷിഭൂമിക്കുവേണ്ടിയുള്ള സമരവും കൂട്ടായ്മയും കമ്യൂണിസ്റ്റ് പ്രസ്ഥാനത്തിന്റെ വളർച്ചയും ഒത്തുചേർന്നപ്പോൾ കേരളീയ പൊതുബോധം രാഷ്ട്രീയോന്മുഖമായി. പ്രാഥമികാവശ്യങ്ങൾക്കുവേണ്ടി വളർന്ന കൂട്ടായ്മ മതനിരപേക്ഷവും വർഗകേന്ദ്രിതവുമായ പുതിയ ശൈലി കൈവരിച്ചു. പൊതുബോധത്തിലെ മുഖ്യപ്രവണതകളായി അവ മാറുകയായിരുന്നു. ഈ മാറ്റത്തിന്റെ മുഖ്യ സാക്ഷ്യം മലയാളസാഹിത്യം തന്നെയാണ്. രണ്ടാം ഘട്ടകഥകളും നോവലുകളും എതിർപ്പിന്റെയും കുട്ടായ്മയുടെയും പ്രത്യക്ഷവൽക്കരണങ്ങളോ പ്രഖ്യാപനങ്ങളോ ആകുന്നത് ഈ ഭൂമികയിലാണ്. സാഹിത്യത്തിന്റെ സ്മസ്ത മേഖലകളും അധികാരഘടനക്കെതിരായ കലാപമായി വളർന്നു.

അറുപതുകളിൽ സ്ഥിതി മാറി. കേരളീയ പൊതുബോധത്തിന്റെ മുഖ്യപ്രവണത മാറിവന്നു. കൂട്ടംതെറ്റി മേയുന്ന അരാഷ്ട്രീയ പ്രവണതകൾക്ക് മാന്യത ലഭിച്ചുതുടങ്ങി. വ്യക്തിയുടെ സൂക്ഷ്മം തേടിയിറങ്ങിയവർ പാശ്ചാത്യ വ്യക്തിമാതൃകകളുടെ മുന്നിലാണ് എത്തിപ്പെട്ടത്. അത് സാഹിത്യത്തിൽ കൗതുകകരമായ ഒരപരിചിതവൽക്കരണത്തിനിടയാക്കി. മായക്കാഴ്ചയുടെ വിഭ്രമങ്ങളിൽ മലയാളി മയങ്ങിയിരുന്നപ്പോൾ അവന്റെ ഭൂതകാല സമരങ്ങളുടെ സമ്പാദ്യം ചിതലെടുക്കുകയായിരുന്നു.

മലയാളിയുടെ സ്വത്വ പ്രതിസന്ധി രാഷ്ട്രീയമായി തിരിച്ചറിയാനുള്ള ശ്രമമുണ്ടായില്ല, മാനദണ്ഡം മാറിപ്പോയതുകൊണ്ടാവണം അന്വേഷണങ്ങളെല്ലാം അസ്തിത്വവ്യഥയിലും ശൂന്യതാവാദത്തിലും കപട ആത്മീയതയിലും തടഞ്ഞുനിന്നു. ഈ ഉപരിവ്യവസ്ഥയുടെ ഉല്പന്നങ്ങൾ, ചൊല്ലും ചിട്ടയും തമ്മിൽ കേരളീയ ബോധത്തിൽ നിലനിന്ന ഏകീഭാവം തകർത്തു. ജീവിതാവസ്ഥയിൽ നിന്ന് വെട്ടിമാറ്റപ്പെട്ട അക്കാദമീയ സാഹിത്യത്തിനായി പ്രാമുഖ്യം. വാമൊഴിയിൽ നിന്ന് വരമൊഴിയിലേക്ക് - സമരമുഖത്തുനിന്ന് സമരസ്മൃതിയിലേക്ക്- പ്രയോഗത്തിൽ നിന്ന് ചിന്തയിലേക്ക് രചനകൾ വഴുതി. ചടുലങ്ങളായ മുന്നേറ്റങ്ങളുടെ സ്ഥാനത്ത് ശീതീകരിച്ച സ്ഥാപനങ്ങൾ രംഗപ്രവേശം ചെയ്തു. ഇതോടെ വിപ്ലവകവിതകൾ പോലും ഏകീകൃതഭാഷയുടെ ചിട്ടകളിലേക്ക് ചുരുങ്ങി. സമരങ്ങളുടെ വരേണ്യവൽക്കരണമായിരുന്നു ഭാഷയിൽ സംഭവിച്ചത്. കലാപങ്ങളെല്ലാം ഭാഷാവ്യവസ്ഥക്കകത്ത് തിരയൊതുക്കിനിന്നു. പഴയ വൃത്തങ്ങളുടെ തിരസ്കരണം ഭാഷയുടെ മുൾവേലി തകർക്കലാണെന്ന് കരുതുന്നത് ലളിതവായനയായിരിക്കും. വൃത്തഭംഗം വരുത്തിയപ്പോൽപോലും ഏകീകൃതഭാഷയുടെ സ്റ്റാറ്റസ്കോ നില നിർത്താൻ മിക്കവരും പ്രതിബദ്ധരായിരുന്നുവെന്നത് മറ്റെന്താണ് സൂചിപ്പിക്കുന്നത്? ചൊല്ലനുഭവത്തിന്റെ പ്രത്യക്ഷാസ്പദങ്ങളിൽ നിന്നും ഫോട്ടോഗ്രാഫിക്ക് അനുഭവത്തിന്റെ ചിട്ടകളിലേക്ക് കേരളീയ വായനാസമൂഹത്തെ വിലച്ചിഴച്ചത് പൊതുബോധത്തിലെ ഈ വരേണ്യധാരയാണ്.

രണ്ട്

ദേശീയവും പ്രദേശിയവുമായ സാംസ്കാരിക പ്രവണതകളുടെ തീവ്രാനുഭവങ്ങളിൽ നിന്ന് ഏകീകൃത ചിന്തയുടെ സുഖശയ്യയിലേക്ക് വഴുതിപ്പോയ ഒരു ജനതയെ വിളിച്ചുണർത്തിയ കവിയാണ് കടമ്മനിട്ട രാമകൃഷ്ണൻ. 'ശുദ്ധ' ചിന്തയും 'ഉദാര' മനോഭാവവും കുഴിച്ചുമുടിയ പൊതുബോധത്തിലെ രാഷ്ട്രീയസത്തക്ക് ഈ കവി പുതിയ ഉയിരു നൽകി.

ഒരു കുടം താറുമായ് ഒരു കുറ്റിച്ചൂലുമായ്
ഉണരും വെറുപ്പിന്റെ ശീലുമായി
ഓടയിലോടുമഴുക്കിന്റെ ചാലിൽ നി-
ന്നീമണിമേട ഞാൻ താറടിക്കും
കണ്ടാലറയ്ക്കുന്ന കണ്ണിൽ തറയ്ക്കുന്ന
വേണ്ടാതനങ്ങൾ വരച്ചുവയ്ക്കും
തെറിയുടെ ചീളുകൾ തെന്നിച്ചുനിങ്ങടെ

നെറിയുടെ കൂറ വലിച്ചിഴയ്ക്കും

(താറും കുറ്റിച്ചൂലും)

അറുപതുകളുടെ മധ്യത്തിൽ വരേണ്യ കാവ്യസംസ്കാരത്തിനുനേരെ വെറുപ്പിന്റെ ശീലമായാണ് കടമ്മനിട്ട പ്രത്യക്ഷപ്പെട്ടത്. താൻ എന്തിനെഴുതുന്നു എന്ന കവിയുടെ പ്രഖ്യാപനമാണ് താറും കുറ്റിച്ചൂലും. വെൺകളി പൂശിയ വെൺമുകിൽ ഭിത്തിയിൽ താർമഷികൊണ്ട് കളം വരയ്ക്കാനും അതിൽ വേതാളനൃത്തം ചവിട്ടിയലറി നിൽക്കാനും കവിയെ പ്രാപ്തനാക്കുന്നത് തന്റെ മണ്ണിനോടും വർഗത്തോടുമുള്ള കടുത്ത പക്ഷപാതമാണ്.

ആവില്ല നിങ്ങൾക്കടക്കുവാനെന്റെയീ

ഭാവങ്ങളീമന്നിൻ ഭാവമത്രെ

എന്ന് വ്യവസ്ഥാപക്ഷത്തിന് കവി മുന്നറിയിപ്പ് നിൽകുന്നു. ഈ മണ്ണിന്റെ കാവ്യ സംസ്കൃതിക്ക് - കേരളീയ വീര്യമുള്ള കവിതക്ക് - തുടർച്ച രചിക്കുകയാണ് തന്റെ ദൗത്യമെന്ന് കവി തിരിച്ചറിഞ്ഞിരിക്കുന്നു.

ഈച്ചയെപ്പോലെന്നെ

യാട്ടിയോടിച്ചില്ലേ

ഈർക്കിലിച്ചൂലുമായ് 'നല്ലവരെ'?

തട്ടിപ്പറിച്ചു ഞാനീർക്കിലിച്ചൂലിന്റെ

കുറ്റിയെനിക്കിന്നു തൂലികയായ്

എന്ന് രചന, മേലാളമാന്യതക്കെതിരെയുള്ള കീഴാളന്റെ പ്രതിക്രിയയായാണ് കവി ഏറ്റെടുക്കുന്നത്. ആട്ടിയോടിച്ചവരിൽ നിന്ന് ചൂലു തട്ടിപ്പറിക്കുന്ന, അത് തൂലികയാക്കുന്ന തൻേടം വ്യവസ്ഥാപക്ഷരചനകളുടെ 'വിശുദ്ധി'യും 'മാന്യത'യും വിചാരണക്ക് വിധേയമാക്കുന്നു. കീഴാള സംസ്കാരവും സമരവീര്യവും ഉണർത്തി കേരളിയ പൊതുബോധത്തെ വീണ്ടും രാഷ്ട്രീയോന്മുഖമാക്കാനുള്ള ധീരമായ ശ്രമമായിരുന്നു അത്.

'അമ്പളി നീറി മരിച്ചുദഹിച്ചോ, രംബരമാകെ അസ്ഥികളൂർന്നു കിടക്കു' (ചിത) ന്ന കാഴ്ചയും നമ്മുടെ സ്വതന്ത്രനാടിനെ 'കെണിയിലുടക്കാൻ തക്കം നോക്കും സാമ്രാജ്യക്കൊതിയുടെ നാറിയ വേദാന്ത' (ജയിൽ)വും നായ്ക്കളും മനുഷ്യരും കുപ്പയിൽ ചീയാൻ തുടങ്ങുന്ന അപ്പത്തിന് നടത്തുന്ന മത്സര(നഗരത്തിൽ) വും തീമലയ്ക്കും തീക്കടലിനുമടയിലുള്ള തീരാദുഃഖ (കാട്ടാളൻ)വും 'തളിരെല്ലുകൾ കരിയും മണ്ണ' (കിരാതവൃത്തം) വും ആറ്റിൽ പിടിഞ്ഞൊഴുകുന്ന കബന്ധങ്ങ(വർണനാഗങ്ങൾ)ളും നെഞ്ചുകൾ കുത്തിത്തുളക്കുന്ന തൃശൂലങ്ങളും ചിറകറ്റു ദഹിക്കുന്ന ജീവിതവേദങ്ങളും 'പൊള്ളവാക്കിന്റെ പൊക്കിളിൽ

വിടരുന്ന വെള്ളത്താമര'പ്പൂക്കളും (പുരുഷസൂക്തം) ചിരികൾക്ക് പിറകിലെ വീതുളികളും കലുഷമാക്കിയ അറുപതുകളിലെ ജീവിതമാണ് കവിയുടെ ദിശ നിർണയിച്ചത്. കാഴ്ചകളിൽ നിന്ന് കുതറിപ്പോരാൻ കവിക്ക് കഴിയുന്നില്ല. പൂക്കൾ കാണുമ്പോൾ, പൂകുരുത്ത മണ്ണിൽ വീണടിഞ്ഞവന്റെ അസ്ഥിയും ചോരയും കവി കാണുന്നു 'പൂക്കളല്ലവ പൂടയാണെ' (കോഴി) ന്ന സന്ദേഹം അയാൾക്കുണ്ടാകുന്നു. ഒരു സൂര്യനുദിച്ചു കാണണമെന്ന് കവി ആഗ്രഹിക്കുന്നു. അതിന് വേട്ടക്കാരുടെ കയ്യുകൾ വെട്ടാൻ (കിരാതവൃത്തം) പ്രാണനുരുകി പുതുമുകുളങ്ങൾ വരിക്കാൻ (പുരുഷസൂക്തം) കവി സന്നദ്ധനാകുന്നു.

മണ്ണിന്റെ മണം പോലുമന്യമാണൊരു

തണ്ണീർ പന്തലിൻ തണൽ കാണാനില്ല

(കടിഞ്ഞൂൽ പൊട്ടൻ)

എന്ന ഖേദം എഴുപതുകളിലും കവിയെ പിന്തുടരുന്നു. ഈർഷ്യയുടെ പുകക്കൂഴൽ, ഇഴയും പുഴുക്കളുടെ ഘോഷയാത്രകൾ, അർത്ഥമറിയാത്ത ഭാഷ, ഭാവങ്ങൾ (കടിഞ്ഞൂൽ പൊട്ടൻ). മർത്ത്യന്റെ വൃത്തഭംഗങ്ങൾ, നോവിന്റെ കരാളസംഗങ്ങൾ (ഞാനിവിടെയാണ്), പൊട്ടിച്ചിതറിയ ചട്ടികൾ, തലയോട്ടികൾ (മത്തങ്ങ), ദുസ്സഹമായ വേദനകൊണ്ട് ചിറികോട്ടി നിൽക്കുന്ന ദിക്കുകൾ, മുഷ്ക്കിന്റെ തടവറകൾ, വിദ്വേഷകലുഷിതമായ ഇടനാഴികൾ, വാക്കുകളുടെയും നോട്ടത്തിന്റെയും വസൂരി, നാഴികമണിയുടെ ഭീഷണി, കണ്ണാടികളുടെ വ്യാമോഹം, തസ്തികയുടെ തരംതിരിവ് (ശാന്ത), കാലഹരണപ്പെട്ട മനുഷ്യവ്യഥയുടെ കറുത്തപാടുകൾ (കണ്ണൂർകോട്ട) എന്നിങ്ങനെ എഴുപതുകളിലെ കാഴ്ചയും ഭീഷണങ്ങളാണ്. ഇവക്കൊക്കെ അക്കാല രാഷ്ട്രീയവുമായി ജൈവബന്ധവുമുണ്ട്. കവി നിഷ്പക്ഷനാവുന്നതേയില്ല. 'വെറുപ്പിൻവിഷപ്പല്ലുകൾ കൊണ്ട് കറുത്ത ദുഃഖങ്ങളെ കടിച്ചുമുറിക്കാ'നുള്ള പ്രതിജ്ഞാബദ്ധത ഏറ്റെടുക്കുന്നു. പാതാളപ്പടവുകൾ കയറി തുള്ളിവരാൻ ഒരു വർഗത്തെ സജ്ജമാക്കുന്നു. ആദിമ ഗോത്രസ്മൃതികളിൽ നിന്ന് പോർവീര്യമുറയുന്ന ഒരു ഉയിർത്തെണീപ്പിന് കേരളീയ പൊതുബോധം ചെവിയോർത്തു. 'ഞാനിവിടെയുണ്ട്' എന്ന് കവി നൽകുന്ന ഉറപ്പ് ഒരാളുടെയല്ല ഒരു വർഗത്തിന്റെ സാന്നിധ്യവും കരുത്തുമാണ് പകരുന്നത്. 'ഈ വെറും മർത്ത്യന്റെ വൃത്തഭംഗങ്ങളിൽ' പുനർനിർമ്മാണത്തിന്റെ വീര്യം നിറക്കാൻ കവിതക്ക് എങ്ങിനെ സാധിക്കുന്നു എന്നതിന്റെ നിദർശനമായി കടമ്മനിട്ടക്കവിത വളരുന്നു.

സഹോദരങ്ങളുടെ ദുഃഖത്തിനു നടുവിൽ 'നരകം കണ്ട ധർമ്മപുത്രരെപ്പോലെ' നിന്നുപോയ പല കവികളും വിഭ്രമാത്മകമായ സ്വപ്നങ്ങളിലേക്ക് വഴുതിപ്പോയ അനുഭവം നമുക്കുണ്ട്. കാല്പനികതയുടെ നിറപ്പകിട്ടിലോ വാക്കുകളുടെ വ്യവസ്ഥകളിലോ അസ്തിത്വവാദത്തിന്റെ സ്ഥലജലഭ്രമങ്ങളിലോ മേയാതെ കീഴാള ജീവിതത്തിന്റെ 'വേവു

മേറ്റ് ഏകനായ് അലയാൻ' കടമ്മനിട്ടയെ പ്രാപ്തനാക്കുന്നത് 'ഉഴവുചാലുകൾ കീറുകയും കൊഴുമുനക്കലുറങ്ങുകയും മുതുകുപൊള്ളുകയും' ചെയ്ത വർഗത്തിന്റെ പ്രത്യയശാസ്ത്രമാണ് പ്രമുഖ കവിതകളിലെല്ലാം കവി പ്രത്യക്ഷപ്പെടുന്നത് കുറവനോ കറുത്തിയോ കാട്ടാളനോ ഇതര കീഴാളരിലാരെങ്കിലുമോ ആയിട്ടാണ്.

കവിതയിൽ സമരസജ്ജമല്ലാത്ത ഒരു ചുവടുപോലും കടമ്മനിട്ടവച്ചിട്ടില്ല. 'കുനിയുന്നുണ്ടെങ്കിൽ ഒരു പ്ലാവില പൊറുക്കണമെന്നും ഒരു കിണ്ണം കൊഴുത്ത കഞ്ഞി കുടിക്കണമെന്നും' നിർബന്ധമുള്ള, 'ഏതു തടവും ചവിട്ടിത്തകർക്കാൻ' കെൽപ്പുള്ള പഴയ കവി (ഇടശ്ശേരി)യുടെ ഈ പിന്തുടർച്ചക്കാരൻ 'കാലുപൊക്കിയിട്ടുണ്ടെങ്കിൽ അത് ദുഃഖത്തിന്റെ മുഖത്ത് ചവിട്ടാ(ജയിൽ) നാണ്. 'നുണയുന്ന സുഖത്തിലെല്ലാം നോവുണ്ടെ'(കോഴി)ന്നും, മുത്തുവരേണ്ടത് കത്തുന്ന കടലിന്റെ കരിഞ്ഞ കയങ്ങളിൽ നിന്നോ (നഗരത്തിൽ) ണെന്നും അടുത്തറിഞ്ഞ കവിക്ക് തന്റെ മണ്ണ് ജീവിതസംഗ്രാമത്തിന്റെ ചുടലക്കളമോ ചൂടുനീർക്കുളമോ (കടമ്മനിട്ട) ആണ്, 'നമ്മകൾ ശ്വസിക്കുവാനേതു വായുവുണ്ടമ്മേ' എന്ന വിനീതശബ്ദത്തിലും 'അഴക്കുചാലിൽ നിന്ന് മണിമേട താറടിക്കും, 'വിശപ്പിൻ നെഞ്ചത്താത്തുതൊഴിക്കും' കണ്ണീരിന്റെ നെടുങ്കോട്ടകളെ തട്ടിയുടച്ചു ചിരിക്കും തുടങ്ങിയ ധിക്കാരങ്ങളിലും, ഒരേ തിരിച്ചറിവാണ് ജ്വലിക്കുന്നത്.

കടമ്മനിട്ടക്കവിതയെ ജനകീയമാക്കുന്നത് കടമ്മനിട്ടയുടെ തൊണ്ടയല്ല. അദ്ദേഹം ഉണർത്തിയെടുത്ത രണോത്സുകമായ രാഷ്ട്രീയ ബോധവും അതിന്റെ കേരളീയാനുഭവങ്ങളുമാണ്. ചൊല്ലലിന്റെ ഈണമല്ല നിഷേധത്തിന്റെ കരുത്താണ് കവിതയുടെ വീര്യം. എങ്കിലും ഈണത്തിന്റെ വശ്യതക്കപ്പുറമുള്ള ഒരു സവിശേഷതകൊണ്ട് ഈ കവിതകളെ ചൊൽക്കവിതകളെന്ന് വിളിക്കണം.

ചൊല്ലുമ്പോൾ/പറയുമ്പോൾ ശ്രോതാവും സന്ദർഭവും തെളിമയാർന്നു നിൽക്കുന്നു. എഴുതുമ്പോഴാകട്ടെ സാർവ്വജനീനമായ ഒരു ഏകീകൃതാനുഭവത്തിലേക്കുള്ള മൊഴിമാറ്റം കൂടിയാണ് സംഭവിക്കുന്നത്. സന്ദർഭങ്ങൾ മാറിവരും. വക്താവിന്റെയും ശ്രോതാവിന്റെയും ഭിന്നനിലകൾ അർത്ഥങ്ങൾ വ്യത്യസ്തങ്ങളാക്കിയേക്കും. ആയുധത്തിന്റെ പ്രയോഗത്തിൽ സംഭവിക്കുന്ന സൂക്ഷ്മവ്യതിയാനം പോലും ലക്ഷ്യവേധത്തിൽ നിന്നകറ്റാനിടയാക്കും. ഭാഷയിലെ ഈ ചതിനിലങ്ങളെപ്പറ്റി കടമ്മനിട്ട ബോധവാനാണ്. അനുഭവങ്ങളെ വിഴുങ്ങുന്ന വാക്കുകളുടെ വിപരീതായനം 'മുത്തങ്ങ'യിൽ കവി ചൂണ്ടിക്കാണിക്കുന്നുണ്ട്. ചോദ്യങ്ങളായോ മറുപടിയായോ ചില കാര്യങ്ങളുടെ വിശദീകരണമായോ ആണ് കടമ്മനിട്ടക്കവിത വായനക്കാരിൽ/ശ്രോതാവിൽ നിരന്തരം ഇടപെടുന്നത്. വിനോദവേളയിൽ കയറിയിറങ്ങാനും ആസ്വദിക്കാനുമുള്ള ഒരു ഉദ്യാനമല്ല അത്. വായനക്കാരും എഴുത്തുകാരും ഒന്നായിച്ചേരുന്ന ഒരു ഐക്യപ്പെടലിന്റെ അധ്വാനപ്രക്രിയയായി കവിത രൂപാന്തരപ്പെ

ടുന്നു. 'ചൊല്ലുമ്പോഴാണ് കവിതയാകുന്ന (till it is spoken it is not performed) തെന്ന് ഹോപ്കിൻ പറയുന്നു. ഹോപ്കിനെപ്പോലെ ജീവിതവും ഭാഷയും ഉച്ചാരണവും ഏകീഭവിച്ചുണരുന്ന ഒരു കാവ്യലോകം കടമ്മനിട്ടയും രൂപപ്പെടുത്തുന്നു.

വരമൊഴിയുടെ നീതിയിൽ സന്ദേഹം കൊണ്ട കവി എതിർപ്പുകൾ ചൊല്ലിത്തുടങ്ങിയപ്പോൾ വാക്കുകൾ പലതും വ്യവസ്ഥയുമായി ഇടഞ്ഞുനിന്നു. തെറിച്ചുവീണവ തെറിവാക്കുകളായി. ആദ്യകാല രചനയായ 'ഒരുപാട്ടി' ൽ വായ് നിറയെ തെറിയുണ്ടേ എന്നു വിളിച്ചറിയിച്ചു കൊണ്ടാണ് കവി പ്രത്യക്ഷപ്പെടുന്നത്. 'തെറിയുടെ ചീളുകൾ തെന്നിച്ചു നിങ്ങടെ നെറിയുടെ കൂറ വലിച്ചിഴക്കുമെന്ന് 'താറും കുറ്റിച്ചൂലും' മുന്നറിയിപ്പ് നൽകുന്നുമുണ്ടല്ലോ.

വാക്കിന് കേവല വിശുദ്ധിയില്ലെന്നും തന്റെ തുപ്പലിന്റെ (പ്രത്യയശാസ്ത്രത്തിന്റെ) കറ പുരണ്ട കർമ്മമാണ് കവിത (മത്തങ്ങ)യെന്നും തിരിച്ചറിഞ്ഞ കടമ്മനിട്ട ഭാഷയിലെ വരേണ്യനിഷ്ഠകളെ അതിലംഘിക്കുകയും ശ്ലീലാശ്ലീലചിന്തയെ വിചാരണ ചെയ്യുകയുമാണ്. കീഴാളന്റെ മുറിവുകൾ വിളിച്ചുപറയുമ്പോൾ മേലാളന് തെറിവാക്കാവുന്നു. മേലാളമൂല്യവ്യവസ്ഥ മുറിഞ്ഞു തുങ്ങുന്നു. പൊതു ബോധത്തിലെ വർഗസംഘർഷത്തിന് ഊർജ്ജം പകരാൻ 'ചൊല്ലി'ന്റെ നൈരന്തര്യം പ്രയോജനപ്പെടുന്നു. ചിട്ടപ്പെടുത്തിയ ഒരു കൃതിയുടെ അനുഭവത്തിൽ നിന്നും ചൊല്ലിയെത്തുന്ന പാഠങ്ങളായി ഈ കവിതകൾ മാറുന്നു. പാഠസാധ്യതകളുടെ നിലയ്ക്കാത്ത ഈ ഇടപെടൽ പൊതു ബോധത്തെ രാഷ്ട്രീയോന്മുഖമായി പുതുക്കി പണിഞ്ഞുകൊണ്ടിരിക്കുന്നു.

1995

തൊഴിലാളി വർഗസമരങ്ങളും മലയാള സാഹിത്യവും

തൊഴിലാളിവർഗ്ഗം ഇതര കീഴാള കൂട്ടായ്മകളെ അപേക്ഷിച്ച് സാഹിത്യത്തിൽ നിർണായക സ്വാധീനം ചെലുത്തിയിട്ടുണ്ട്. ആദ്യഘട്ടത്തിൽ - മിക്കവാറും ക്ലാസ്സിക് കൃതികളിൽ - അടിമകളെക്കുറിച്ചോ തൊഴിലാളികളെക്കുറിച്ചോ ഉള്ള കേവല പരാമർശങ്ങൾ മാത്രമാണുണ്ടായിരുന്നത്. നവോത്ഥാനാനന്തര രചനകളിൽ തൊഴിലാളിവർഗ്ഗം മുഖ്യധാരയിലേയ്ക്കുയർന്നു, മലയാളത്തിൽ രചനയുടെ കേന്ദ്രത്തിലേയ്ക്കുള്ള, മുഖ്യപാഠത്തിലേക്കുള്ള കീഴാള ജീവിതത്തിന്റെ വളർച്ച ഈ നൂറ്റാണ്ടിലാണുണ്ടായത്. വ്യവസായങ്ങൾ പെരുകുകയും ട്രെയ്ഡ് യൂണിയനുകൾ രൂപം കൊള്ളുകയും ചെയ്തതോടെ പ്രക്ഷോഭങ്ങളുടെയും വർഗസമര നിലപാടുകളുടെയും പുതിയ കാലഘട്ടം പിറവിയെടുത്തു. ഇതോടെ തൊഴിലാളിവർഗ വീക്ഷണത്തിലുള്ള രചനയും വായനയും മുഖ്യാനുഭവമായിത്തീർന്നു. ഇരുപതാം നൂറ്റാണ്ടിന്റെ തുടക്കത്തോടെ കേരളത്തിൽ ശക്തിയാർജ്ജിച്ച തൊഴിലാളിവർഗ മുന്നേറ്റങ്ങളുടെയും തൊഴിലാളിവർഗ സാഹിത്യത്തിന്റെയും പരിണതികളാണ് ഇവിടെ അന്വേഷിക്കുന്നത്.

സ്വയം ബോധ്യമുള്ള ഒരു വർഗവിഭാഗമായി തൊഴിലാളികളുടെ കൂട്ടായ്മ രൂപം കൊണ്ടത് മുതലാളിത്തത്തിന്റെ ആവിർഭാവത്തോടെയാണല്ലോ. മുതലാളിത്ത ഉൽപാദനബന്ധങ്ങളുടെ സ്വാഭാവികവും അനിവാര്യവുമായ വളർച്ചയായാണ് അത് സംഭവിച്ചത്. മുതലാളിത്ത രാഷ്ട്രീയക്രമവും പൊതുബോധത്തിന്റെ ഉപരിക്രമവും ജനാധിപത്യം,

മാനവികത, മതനിരപേക്ഷത തുടങ്ങിയ മൂല്യവിചാരങ്ങൾ അവതരിപ്പിച്ചു. വൻതോതിലുള്ള ചൂഷണങ്ങൾക്കിടയിലും സമത്വസംബന്ധിയായ ഒരു മിഥ്യയിലേയ്ക്ക് മനുഷ്യരെ ഏകോപിപ്പിക്കാൻ മുതലാളിത്തത്തിനു സാധിച്ചു. ഈ സാധ്യതയിലൂടെയാണ് കീഴാളർ സാഹിത്യത്തിന്റെ മുഖ്യധാരയിലേയ്ക്കു കടന്നത്. ജീവിതത്തിലും പൊതുബോധത്തിലുമുള്ള വർഗ്ഗസമരങ്ങളുടെ സിദ്ധാന്തവും പ്രയോഗവും തിരിച്ചറിഞ്ഞതോടെ ഒരു വഴിത്തിരിവു കുടിയുണ്ടായി. ഇതോടുകൂടി പൊതുമണ്ഡലത്തിൽ നടന്നുകൊണ്ടിരുന്ന ജന്മിത്തവിരുദ്ധ സമരങ്ങളും ജനാധിപത്യ മതനിരപേക്ഷ മൂല്യവൽക്കരണ ശ്രമങ്ങളും പുതിയ ഗതിവേഗമാർജ്ജിച്ചു. ഈ മാറ്റത്തിന്റെ സൂക്ഷ്മ രേഖകളാണ് പരിശോധിക്കാനുള്ളത്.

വ്യവസായിക മുന്നേറ്റം

ഇന്ത്യയിൽ വ്യവസായങ്ങൾ ആരംഭിക്കുന്നത് 1850 കളിലാണ് തുണിമില്ലുകളും ചണമില്ലുകളുമായിരുന്നു ആദ്യകാല സംരംഭങ്ങൾ. ഇതിനുമുമ്പുതന്നെ ഒറ്റപ്പെട്ട ചില ഒരുക്കങ്ങളുണ്ടായതായി പരാമർശങ്ങൾ കാണുന്നുണ്ട് 1818 ൽ കൽക്കത്തയിൽ ഒരു തുണിമിൽ സ്ഥാപിച്ചതായി രേഖകളുണ്ട്.1839 ൽ ആസ്സാമിൽ ചായത്തോട്ടവുമുണ്ടായി. വ്യാവസായിക വികസനത്തിന് തുടക്കമാവുന്നത് 1853 ൽ റെയിൽവേ കമ്പനികളും തീവണ്ടിപ്പാതകളും വരുന്നതോടെയാണ്. 1854 ൽ കൽക്കത്തയിൽ ചണമില്ലുകളും സ്ഥാപിതമായി. ഇതേകാലത്തുതന്നെ കേരളത്തിലും വ്യവസാങ്ങൾ ആരംഭിച്ചു. 1859ൽ ആലപ്പുഴയിൽ ആദ്യത്തെ കയർഫാക്ടറി സ്ഥാപിതമായി. ജെയിംസ് ഡേറാ എന്ന ഇംഗ്ലീഷുകാരന്റെ ഡേറാസ് മെയിൽ കമ്പനിയായിരുന്നു ഇത്. തുടർന്ന് വോൾക്കാർട്ട് ബ്രദേഴ്സ്, ബോംബെ കമ്പനി, ആസ്പിൻവാൾ കമ്പനി, മെഡൂറ കമ്പനി. വില്യം ഗുഡേക്കർ ആന്റ് സൺസ്, പിയേഴ്സ് ലസ്ലി എന്നീ യൂറോപ്യൻ കമ്പനികളും കയർഫാക്ടറികൾ സ്ഥാപിച്ചു. പുതിയൊരു അധ്വാന വിഭാഗം അതോടെ കേരളത്തിൽ പിറവിയെടുത്തു. ജന്മിമാരുടെ കീഴിൽ കൃഷിപ്പണിയെടുത്തു ജീവിച്ച കുറേയേറെ കൃഷിക്കാരും കൂടികിടപ്പുകാരും തൊഴിലാളികളായി മാറി. ലാഭേച്ഛയോടെയുള്ള മത്സരം, ചുക്ഷണം, ബാലവേല തുടങ്ങിയ പ്രശ്നങ്ങളെല്ലാം അതോടെ ഉടലെടുത്തു.

തുണിമില്ലുകൾ, ഈർച്ചമില്ലുകൾ, ഓട്ടുകമ്പനികൾ തുടങ്ങിയവയാണ് കേരളത്തിലെ വ്യവസായിക വളർച്ചയ്ക്ക് തുടക്കമിട്ട പ്രധാന സംരംഭങ്ങൾ. ഇവ മിക്കതും സ്ഥാപിക്കപ്പെട്ടത് ഇരുപതാം നൂറ്റാണ്ടിന്റെ ആദ്യവർഷങ്ങളിലാണ്. കോഴിക്കോട്ടെയും കണ്ണൂരിലെയും കോമൺവെൽത്ത് കമ്പനികൾ, ഫറോക്കിലെയും പുതിയറയിലെയും ഒട്ടുകമ്പനികൾ, കണ്ണൂരിലെയും വടകരയിലെയും പാലക്കാട്ടെയും ബീഡിക്കമ്പനികൾ , കൊല്ലത്തെ കശുവണ്ടി ഫാക്ടറികൾ, പുനലൂരിലെ പേപ്പർ മിൽ, കൊച്ചിയിലെ ടിൻ ഫാക്ടറി, കളമശ്ശേരിയിലെ സാബൂൺ മിൽ,

ആമ്പല്ലൂരിലെയും തൃശൂരിലെയും തുണിമില്ലുകൾ, കല്ലായിയിലെ ഈർച്ചക്കമ്പനി തുടങ്ങിയ ഒട്ടേറെ സ്ഥാപനങ്ങൾ ഇരുപതാം നൂറ്റാണ്ടിന്റെ ആദ്യശതകങ്ങളിലുണ്ടായി ഇതേനൂറ്റാണ്ടിന്റെ രണ്ടാം പാതിയിൽ സ്ഥാപിക്കപ്പെട്ടവയാണ് കേരളത്തിൽ ഇന്നുകാണുന്ന പ്രമുഖ വ്യവസായ സ്ഥാപനങ്ങളെല്ലാം എഫ്.എ.സി.ടി, എച്ച്.എം.ടി. ഗ്വാളിയോർ റയോൺസ്, ടൈറ്റാനിയം, അപ്പോളോ ടയേഴ്സ് തുടങ്ങി ചെറുതും വലുതുമായ ഒട്ടനവധി സ്ഥാപനങ്ങൾ പിൽക്കാലത്തുണ്ടായി. എന്നാൽ കേരളീയ പൊതുബോധത്തെ മാറ്റിമറിക്കുകയും കേരളീയ ജീവിതത്തെ നിർണ്ണയിക്കുകയും ചെയ്ത ട്രെയ്ഡ് യൂണിയൻ പ്രസ്ഥാനങ്ങളുടെ പിറവി പ്രധാനമായും ഈ നൂറ്റാണ്ടിന്റെ തുടക്കത്തിൽ തന്നെയാണുണ്ടായത്.

ട്രേഡ്യൂനിയനുകൾ

തിരുവിതാംകൂർ ലേബർ അസോസിയേഷൻ (1922), തോട്ടം തൊഴിലാളി യുനിയൻ (1930), സന്മാർഗ്ഗോദയം കൂലി വേലസംഘം (മുണ്ടക്കയം, 1930) തിരുവിതാംകൂർ നാവികത്തൊഴിലാളി സംഘം (1930), ബീഡിത്തൊഴിലാളി യൂനിയൻ (കൊച്ചി 1930), കോഴിക്കോട് ലേബർ യൂണിയൻ (1932), കൊച്ചിൻ ലേബർ യൂനിയൻ (1933), അഖില തിരുവിതാംകൂർ കശുവണ്ടിതൊഴിലാളി യുനിയൻ (1936), വടക്കെ മലബാർ തൊഴിലാളി സംഘടന, കോമൺവെൽത്ത് വർക്കേഴ്സ് യൂനിയൻ(1936) ഐക്യ തൊഴിലാളി യൂനിയൻ, വടകര (1938), ട്രാവൻകൂർ കയർഫാക്ടറി വർക്കേഴ്സ് യൂനിയൻ (1938), ആമ്പല്ലൂർ ടെകസ്റ്റയിൽ വർക്കേഴ്സ് യൂനിയൻ (1938). ആലപ്പുഴ റിക്ഷാ തൊഴിലാളി യൂനിയൻ, അഖില മലബാർ മോട്ടോർ തൊഴിലാളി യുനിയൻ (1939). മലബാർ ബീഡി തൊഴിലാളി യൂനിയൻ (1939), ആലുവാ ഫാക്ടറി ലേബർ യൂനിയൻ(1940) ആൾ ട്രാവൻകൂർ എസ്റ്റേറ്റ് വർക്കേഴ്സ് യുനിയൻ പുനലൂർ(1940) തയ്യൽ തൊഴിലാളി യൂനിയൻ, കൊച്ചി, ബാർബർ യുനിയൻ കൊച്ചി, ഏനാമ്മാവ്-പെരിങ്ങോട്ടുകര ചെത്തുതൊഴിലാളി യുനിയൻ (1941),ടാറ്റാ ഓയിൽ മിൽ വർക്കേഴ്സ് യൂനിയൻ. തൊഴിലാളി സഹോദരസംഘം, കൊച്ചി, കുന്നംകുളം ആണി തൊഴിലാളി യൂനിയൻ (1942), കോഴിക്കോട് ചെത്തു തൊഴിലാളി യുനിയൻ (1942), ക്വയിലോൺ ഫാക്ടറി വർക്കേഴ്സ് യൂനിയൻ (1943) തുടങ്ങിയ സംഘടനകളെല്ലാം ഇരുപതാം ശതകത്തിന്റെ ആദ്യപാതിയിൽ കേരളീയ തൊഴിൽരംഗത്തുണ്ടായ പുതിയ ജാഗരണത്തിന്റെ വൈപുല്യവും കരുത്തും വിളിച്ചോതുന്നു. 1920 ൽ മുംബൈയിൽ രൂപികരിക്കപ്പെട്ട എ.ഐ.ടിയുസി.യുടെ കേരള ഘടകം.പി.കൃഷ്ണപിള്ളയുടെ നേതൃത്വത്തിൽ പ്രവർത്തനനിരതമായതോടെ ട്രേഡ് യൂനിയൻ പ്രവർത്തനം സാമൂഹിക പുരോഗതിക്കുതകുന്ന ദിശാബോധം കൈവരിച്ചു.

പ്രക്ഷോഭങ്ങൾ

മേൽപ്പറഞ്ഞ സംഘടനാശേഷിയും അതിന്റെ സമരവീര്യവും കെട്ട ഴിച്ചുവിട്ട രംഗങ്ങൾ ഒട്ടനവധിയുണ്ട്, ഇതിനു സഹായകരമായ ഒരു പ്രക്ഷോഭാന്തരീക്ഷം ഇന്ത്യയിലാകെ അന്ന് രൂപംകൊണ്ടു കഴിഞ്ഞി രുന്നു. ഈ നൂറ്റാണ്ടിന്റെ ആദ്യ ദശകത്തിൽ തന്നെ ഇന്ത്യൻ തൊഴി ലാളികളുടെ അസംതൃപ്തി, പോരാട്ടവീര്യമാർജ്ജിച്ചു കഴിഞ്ഞിരുന്നു. പ്രവൃത്തിസമയം നിജപ്പെടുത്തണമെന്നാവശ്യപ്പെട്ട് 1905 ൽ തന്നെ കലാപങ്ങൾ തുടങ്ങിയിരുന്നു. ബ്രിട്ടീഷു കാരായ റെയിൽവെ ഡ്രൈ വർമാർ ഇക്കാലത്തു പണിമുടക്കുകയും ചെയ്തു. 1908 ൽ ദേശീയ നേതാവായ ബാലഗംഗാധര തിലകനെ ബ്രിട്ടീഷ് സർക്കാർ അറസ്റ്റ് ചെയ്തപ്പോഴാണ് തൊഴിലാളി വർഗത്തിന്റെ ഐതിഹാസികമായ പണിമുടക്ക് നടന്നത്. വേതന വ്യവസ്ഥയ്ക്കോ കൂലി കൂട്ടുന്നതിനോ അല്ലാതെ സ്വാതന്ത്ര്യ പ്രക്ഷോഭവുമായി ബന്ധപ്പെട്ടായിരുന്നു ആദ്യത്തെ പൊതുപണിമുടക്ക് എന്നത് ശ്രദ്ധേയമാണ്.

1917ലെ റഷ്യൻ വിപ്ലവം ലോകത്തെങ്ങുമെന്ന പോലെ ഇന്ത്യൻ തൊഴിലാളി വർഗത്തിനും ആവേശം പകർന്നു. 1919ൽ ഇന്ത്യൻ തൊ ഴിലാളികൾ സംഘടിതരായിത്തീരണമെന്ന ബ്രീട്ടീഷ് തൊഴിലാളി വർഗത്തിന്റെ സന്ദേശവും ചലനങ്ങളുണ്ടാക്കി. 1920 കളിൽ നടന്ന അമ്പ തോളം പണിമുടക്കു സമരങ്ങളിൽ 2,93,131 തൊഴിലാളികൾ പങ്കെടു ത്തതായി ഇന്ത്യൻ തൊഴിലാളി വർഗ്ഗത്തിന്റെ ചരിത്രം എന്ന കൃതിയിൽ സുകോമൾസെൻ രേഖപ്പെടുത്തിയിട്ടുണ്ട്. 1936-37 കാലമായപ്പോഴേയ് ക്കും ഇന്ത്യയിൽ രജിസ്റ്റർ ചെയ്ത യൂനിയനുകളുടെ എണ്ണം 271 ഉം അവയിലാകെ അംഗത്വം 2,61,047 ഉം ആയി ഉയർന്നു കഴിഞ്ഞിരുന്നു.

1922 ൽ രൂപീകൃതമായ തിരുവിതാംകൂർ ലേബർ അസോസിയേ ഷന്റെ പ്രധാന പ്രവർത്തനങ്ങൾ തൊഴിലാളികളെ സംഘടിപ്പിക്കുക. അധികൃതർക്ക് നിവേദനങ്ങൾ നൽകുക ആതുര ശുശ്രൂഷാ- മരണ ഫണ്ടുകൾ സ്വരൂപിക്കുക, മദ്യവർജ്ജന ക്യാമ്പെയിൻ നടത്തുക, വാ യനശാലകളുണ്ടാക്കുക എന്നിവയായിരുന്നു. പിന്നീട് ദേശീയ സ്വാ തന്ത്ര്യ പ്രക്ഷോഭത്തിലും സമുദായ പരിഷ്കരണ പ്രസ്ഥാനത്തിലും പങ്കാളിത്തം വഹിച്ചുതുടങ്ങി. 1924ൽ വൈക്കം സത്യാഗ്രഹം വിജയി പ്പിക്കാൻ തൊഴിലാളികളുടെ 50 പേർ വീതമുള്ള വളണ്ടിയർ സംഘങ്ങളെ തയ്യാറാക്കിയിരുന്നു. തൊഴിലാളികളെ പൊതുജീവിതിന്റെ ഭാഗമാ ക്കുകയും ഉത്തരവാദിത്തം ഏറ്റെടുക്കാൻ പ്രാപ്തരാക്കുകയും ചെയ്യു ന്ന പ്രവർത്തനപരിപാടികൾ അജണ്ടയുടെ ഭാഗമായി. ഇതോടെ ഹർ ജികളുടെയും പ്രമേയങ്ങളുടെയും സ്വഭാവത്തിൽ മാറ്റം വന്നു. 1924ൽ ലേബർ അസോസിയേഷൻ അംഗീകരിച്ച പ്രമേയത്തിലെ പ്രധാന ഇനങ്ങൾ കാണുക.

തോട്ടക്കാർക്കും ജന്മികൾക്കും അനുവദിച്ചതുപോലെ നിയമസഭ

യിലും പ്രജാസഭയിലും തൊഴിലാളികൾക്ക് പ്രാതിനിധ്യം നൽകുക, അയിത്തോച്ചാടനത്തിന് രാജകീയമായ വിളംബരം നൽകുക, പ്രാഥമിക വിദ്യാഭ്യാസം നിർബന്ധിതമാക്കുക, തൊഴിൽശാലകളിൽ വൈദ്യപരിശോധന നടത്തുക,. പ്രായപൂർത്തി വോട്ടവകാശം നടപ്പാക്കുക തുടങ്ങിയവയായിരുന്നു അവ. നവോത്ഥാനാശയങ്ങളും അവയുടെ ജനാധിപത്യ- മതനിരപക്ഷോടിത്തറയും തൊഴിലാളികളെ എത്രയേറെ സ്വാധിനിച്ചിട്ടുണ്ടെന്ന് ഇത് വ്യക്തമാക്കുന്നു.

ഇരുപതുകളിൽത്തന്നെ തൊഴിലാളി സമരങ്ങൾക്കും കേരളത്തിൽ തുടക്കമായി. വില്യം ഗുഡേക്കർ ആന്റ് സൺസ് വക കൊമ്മാടി ഡിപ്പോയിൽ തടുക്കു നെയ്ത്തു തൊഴിലാളികളുടെ കൂലി കുറച്ച സംഭവം പണിമുടക്കിലാണ് കലാശിച്ചത്, തോമസ് ഡിക്രൂസ് കമ്പനി, ആസ്പിൻവാൾ കമ്പനിയുടെ ആര്യാട് ശാഖ, ബോംബെ കമ്പനി എന്നിവിടങ്ങളിലും കൂലി വെട്ടിക്കുറയ്ക്കലിനെതിരെ പണിമുടക്കമുണ്ടായി. ആലപ്പുഴയിലെ കയർ ഫാക്ടറി തൊഴിലാളികളുടെ കൂലിക്ക് ഐകരൂപ്യം വരുത്തണമെന്നാവശ്യപ്പെട്ടു നടന്ന സമരം ചരിത്രപ്രധാനമാണ്. വേലസമയം കുറയ്ക്കണമെന്നും അവൾ ആവശ്യപ്പെട്ടു. ഇതുമായി ബന്ധപ്പെട്ട് തിരുവിതാംകൂറിൽ പൊതുപണിമുടക്കു നടന്നു. ആധുനികമായ തൊഴിൽ നിയമമുണ്ടാക്കുക, സാർവ്വത്രികമായ കൂലിവെട്ടിക്കുറയ്ക്കൽ അവസാനിപ്പിക്കുക, വേലസമയം നിജപ്പെടുത്തുക തുടങ്ങിയ ആവശ്യങ്ങൾ തിരുവിതാംകൂർ ലേബർ യൂനിയൻ മുന്നോട്ടുവെച്ചു. കൂലിപ്രശ്നത്തിൽ തിരുവനന്തപുരത്തേയ്ക്ക് തൊഴിലാളി ജാഥ നടത്തി.

1935 ജൂലായിൽ ഫാക്ടറീസ് ബിൽ ട്രേഡ് യൂനിയൻ ബിൽ, തൊഴിൽ തർക്ക ബിൽ, വർക്ക്മെൻസ് കോമ്പൻസേഷൻ ബിൽ എന്നിവ ഗവൺമെന്റ് അസംബ്ലിയിൽ അവതരിപ്പിച്ചതോടെ തൊഴിൽ രംഗത്ത് അസ്വാസ്ഥ്യമുണ്ടായി. മുതലാളിമാർ കൂലി വെട്ടിക്കുറച്ചു. നിലവിലുണ്ടായിരുന്ന കൂലി സ്ഥിരീകരിക്കുമോ എന്നതായിരുന്നു അവരുടെ ഭയം, ഇതൊക്കെ സമാരാന്തരീക്ഷം വളരാനിടയാക്കി. 1939 ൽ അതിശക്തമായ സമരവും പോലീസ് മർദ്ദനവും നടന്നു. ലേബർ യൂനിയൻ നേതാവ് ആർ. സുഗതനെ വിട്ടുകിട്ടാൻ പോലീസ് സ്റ്റേഷനു മുന്നിൽ തടിച്ചുകൂടിയ തൊഴിലാളികളെ പിരിച്ചുവിടാൻ നടത്തിയ വെടിവെപ്പിൽ ബാവ എന്ന തൊഴിലാളി രക്തസാക്ഷിയായി.

1938 ൽ പുതിയ തൊഴിൽ നിയമങ്ങൾ നിലവിൽ വന്നു. ട്രേഡ് യൂനിയൻ ആക്ട് അനുസരിച്ച് തൊഴിലാളി സംഘടനകൾ രജിസ്റ്റർ ചെയ്യാൻ തുടങ്ങി. തിരുവിതാം കൂർ ലേബർ അസോസിയേഷൻ 'ട്രാവൻകൂർ കയർ ഫാക്ടറി വർക്കേഴ്സ് യൂനിയൻ' എന്ന പേരിൽ രജിസ്റ്റർ ചെയ്തു. ഇക്കാലത്താണ് ഉത്തരവാദഭരണ പ്രക്ഷോഭത്തിന്റെ രംഗത്തേയ്ക്ക് തിരുവിതാംകൂറിലെ തൊഴിലാളിസംഘടനകൾ പ്രവേശിക്കുന്നത്. ഇതിന്റെ ഭാഗമായി പൊതുപണിമുടക്കു നടന്നു. പ്രായപൂർത്തി വോട്ടവകാശം നടപ്പാക്കുക, പരിപൂർണ്ണ ഉത്തരവാദിത്തഭരണം സ്ഥാപി

ക്കുക, കൂലി വർദ്ധിപ്പിക്കുക, സ്റ്റേറ്റ് കോൺഗ്രസ് നേതാക്കളെ മോചിപ്പിക്കുക, ഫാക്ടറികളിലെ അഴിമതികൾ ഇല്ലാതാക്കുക തുടങ്ങിയ മുദ്രാവാക്യങ്ങൾ തൊഴിലാളി സംഘടനകൾ ഉയർത്തിപ്പിടിച്ചു. സർ സി.പിയുടെ നിരോധനത്തെയും പോലീസ് മർദ്ദനത്തെയും വകവെക്കാതെ കൊമ്മാടിയിൽ നിന്ന് ആലപ്പുഴയിലേക്കു നടത്തിയ തൊഴിലാളി ജാഥ ആവേശകരമായ അനുഭവമായിരുന്നു. തുടർന്നുണ്ടായ പട്ടാള വെടിവെപ്പിൽ രണ്ടു തൊഴിലാളികൾ മരണപ്പെട്ടു. പണിമുടക്കു ശക്തമായി തുടർന്നപ്പോൾ പോലീസിന്റെയും നാട്ടുപ്രമാണിമാരുടെയും ഭീഷണിയും മർദ്ദനവും നേരിടേണ്ടിവന്നു. കരിങ്കാലികളെ കയറ്റാനുള്ള മുതലാളിമാരുടെ ശ്രമങ്ങളെയും ചെറുക്കേണ്ടിവന്നു. പിക്കറ്റിംഗ് സമരം ധീരമായി പരീക്ഷിക്കപ്പെട്ടു.

1928 ൽ തന്നെ ദക്ഷിണേന്ത്യൻ റെയിൽവേ തൊഴിലാളികൾ സമരരംഗത്തിറങ്ങിയിരുന്നു. റണ്ണിംഗ് സ്റ്റാഫിന്റെ വിഷമതകൾ പരിഹരിക്കാനും കൂലി വർദ്ധനവിനുമായി ഷൊർണ്ണൂർ, പാലക്കാട്, കോഴിക്കോട്, വടകര, തലശ്ശേരി, കണ്ണൂർ എന്നിവിടങ്ങളിൽ ശക്തമായ പ്രക്ഷോഭം നടന്നു. തുടർന്നു പല ഘട്ടങ്ങളിലും ഉജ്ജ്വലമായ സമരാവേശം പ്രകടിപ്പിച്ചവരാണ് റെയിൽവേ തൊഴിലാളികൾ. 1974 ലെ മഹത്തായ റെയിൽവെ സമരത്തിലേയ്ക്കുള്ള വളർച്ചയുടെ ഘട്ടങ്ങളായിരുന്നു അവ.

1934 ൽ പള്ളുരുത്തിയിലെ കൊച്ചിൻ ടിൻ ഫാക്ടറിയിൽ കൂലി വർദ്ധനവിനും തൊഴിൽ വ്യവസ്ഥയ്ക്കും വേണ്ടി പണിമുടക്ക് നടന്നു. കളമശ്ശേരിയിലെ സാബൂൺ മിൽ തൊഴിലാളികളും ഇക്കാലത്ത് സമരരംഗത്തെത്തി എ.കെ.ജി യുടെ നേതൃത്വത്തിൽ തിരുവിതാംകൂറിലേയ്ക്കു മാർച്ച് ചെയ്ത ജാഥയ്ക്കു ലഭിച്ച ഗംഭീര സ്വീകരണങ്ങൾ സമരാവേശം തുടിക്കുന്നവയായിരുന്നു. 1939 ലെ സാമ്രാജ്യവിരുദ്ധ യുദ്ധ വിരുദ്ധ പ്രക്ഷോഭത്തിലും തൊഴിലാളി സംഘടനകൾ പങ്കുചേർന്നു, ഏനാമ്മാവ്-പെരിങ്ങോട്ടുകര ചെത്തുതൊഴിലാളി യൂനിയനിലെ തൊഴിലാളികൾ നടത്തിയ പണിമുടക്ക്, അളഗപ്പ ടെക്സ്റ്റയിൽ തൊഴിലാളികൾ നടത്തിയ പണിമുടക്ക് എന്നിവ കൊച്ചി മേഖലയിലെ ശക്തമായ കീഴാളവർഗ മുന്നേറ്റങ്ങളായിരുന്നു. കാരണം കൂടാതെ പുറത്താക്കിയ മാനാരി അപ്പു എന്ന തൊഴിലാളിയെ തിരിച്ചെടുക്കുക, ഒമ്പതു മണിക്കൂർ തൊഴിൽ സമയം നടപ്പാക്കുക, കൂലി വെട്ടിക്കുറച്ച നടപടി റദ്ദാക്കുക, വെട്ടിക്കുറച്ച ക്ഷാമബത്ത പുനഃസ്ഥാപിക്കുക തുടങ്ങിയ ആവശ്യങ്ങൽ ഉന്നയിച്ച് 1935 ൽ തിരുവണ്ണൂർ കോട്ടൺമിൽ തൊഴിലാളികൾ സമരരംഗത്തിറങ്ങി. പതിനഞ്ചു ദിവസം നീണ്ടു നിന്ന സമരം വിജയമായി, ഒമ്പതു മണിക്കൂർ തൊഴിൽസമയം അംഗീകരിക്കപ്പെട്ടു. ആറോകാൽ ശതമാനം കൂലിവർദ്ധനവുണ്ടായി. പണിമുടക്കിയവരെയെല്ലാം തിരിച്ചെടുക്കുകയും ചെയ്തു. അതേവർഷം തന്നെ ഫറോക്ക് ഓട്ടുകമ്പനി തൊഴിലാളികൾ കൂലിവെട്ടിക്കുറയ്ക്കുന്നതിനെതിരെയും അഞ്ചരദിവസം ആഴ്ച സമ്പ്രദായത്തിനെതിരെയും സമരരംഗത്തിറങ്ങി. സമരം തകർക്കാനുള്ള

മുതലാളിമാരുടെ ശ്രമം മലബാറിലെ പൊതുമണിമുടക്കിലെത്തിച്ചു. കെ.പി. ഗോപാലൻ നിരാഹാരവ്രതമനുഷ്ഠിച്ചു, കല്ലായി ഈർച്ചക്കമ്പനി തൊഴിലാളികളും കോട്ടൺമിൽ തൊഴിലാളികളും തലശ്ശേരിയിലെ നെയ്ത്തു തൊഴിലാളികളും പാപ്പിനിശ്ശേരി ആറോൺ മിൽ തൊഴിലാളികളും വടക്കെ മലബാറിലെ ബീഡിത്തൊഴിലാളികളും സമരരംഗത്തിറങ്ങിയത് ഇക്കാലത്താണ്.

1935 ൽ കോഴിക്കോട്ടു ചേർന്ന ഒന്നാം അഖില കേരള തൊഴിലാളി സമ്മേളനം പുതിയ സമരാവേശവും സംഘടനാബോധവും തൊഴിലാളികൾക്കു സമ്മാനിച്ചു. മുംബെയിലെ തൊഴിലാളി സംഘടനാനേതാവ് മണിബൻ കാരയായിരുന്നു അധ്യക്ഷ. പി. കൃഷ്ണപിള്ള, ഇ.എം.എസ്, കെ.പി. ഗോപാലൻ, ആർ. സുഗതൻ, കെ.സി. ഗോവിന്ദൻ, പി.എസ്. നമ്പൂതിരി, പി. നാരായണൻ നായർ തുടങ്ങിയവർ സമ്മേളനത്തിന് നേതൃത്വം നൽകി, 1937 ൽ രണ്ടാം സമ്മേളനം തൃശൂരിൽ ചേർന്നപ്പോൾ സോനി ബട്ലിവാല എന്ന സോഷ്യലിസ്റ്റു നേതാവായിരുന്നു അധ്യക്ഷൻ, പി. കൃഷ്ണപിള്ള സെക്രട്ടറിയായി എ.ഐ.ടി.യു.സി കേരള ഘടകം നിലവിൽ വന്നതോടെ സമരങ്ങൾക്ക് ഒരു ഏകീകൃത നേതൃത്വമുണ്ടായി. കണ്ണൂർ കോമൺവെൽത്ത് തൊഴിലാളി സമരവും (1938) പുനലൂർ പേപ്പർമിൽ തൊഴിലാളി സമര(1942)വും ഈ പുതിയ ആവേശം പ്രോജ്ജ്വലിപ്പിക്കുന്നതായിരുന്നു. 1946 ൽ പാപ്പിനിശ്ശേരിയിലെ ആറോൺമിൽ തൊഴിലാളികൾ നടത്തിയ 110 ദിവസം നീണ്ട സമരം. സമരചരിത്രത്തിലെ പുതിയയൊരധ്യായമായി. പി.കൃഷ്ണപിള്ളയും സി. കണ്ണനും കാന്തലോട്ടുകുഞ്ഞമ്പുവുമായിരുന്നു. നേതൃത്വം നൽകിയത്.

ഉത്തരവാദിത്ത ഭരണ പ്രക്ഷോഭത്തിന്റെ ഭാഗമായി കർഷകർക്കും കർഷകത്തൊഴിലാളികൾക്കുമൊപ്പം പുന്നപ്ര -വയലാർ സമരത്തിൽ നൂറുകണക്കിനു തൊഴിലാളികൾ അണിനിരന്നു. സംസ്ഥാനത്തിന്റെ വിവിധ ഭാഗങ്ങളിൽ നാൽപതുകളിൽ നടന്ന കർഷകസമരങ്ങളിൽ തൊഴിലാളികൾ സജീവപങ്കാളിത്തം വഹിച്ചിട്ടുണ്ട്. (കർഷകത്തൊഴിലാളി മുന്നേറ്റങ്ങളും സമരങ്ങളും ഈ ലേഖനത്തിന്റെ വിഷയപരിധിയിൽ ഉൾപ്പെടുത്താത്തിതിനാൽ അവ വിശദീകരിക്കുന്നില്ല.) തിരുവിതാംകൂറിലെ ഉത്തരവാദിത്തഭരണം എന്ന ലക്ഷ്യത്തിനുള്ള സമരം തൊഴിലാളിവർഗം ഏറ്റെടുത്തു. തൊഴിലാളികളെ മർദ്ദിച്ചൊതുക്കാനാണ് പോലീസും റൗഡികളും തയ്യാറായത്. തിരിവിതാംകൂറിൽ പ്രകടനവും പണിമുടക്കും നിരോധിച്ചു. തൊഴിലാളി യൂനിയൻ വൈസ് പ്രസിഡണ്ട് ശങ്കരനാരായണൻ തമ്പിയെ രാജ്യദ്രോഹകുറ്റം ചുമത്തി അറസ്റ്റു ചെയ്തു. പി.ടി. പുന്നൂസിനെ വീട്ടുതടങ്കലിലാക്കി. യൂനിയൻ ഓഫീസ് ആക്രമിക്കുകയും ചെങ്കൊടി നശിപ്പിക്കുകയും ചെയ്തു. ഇതിനെതിരെ ശക്തമായ മുന്നേറ്റമാണുണ്ടായത്. 1946 സപ്തംബർ 15ന് ഏകദിന പണിമുടക്ക് നടന്നു. 1946 ഒക്ടോബറിൽ അമേരിക്കൻ മോഡൽ അറബിക്ക

ടലിൽ. ദിവാൻ ഭരണം അവസാനിപ്പിക്കുക, പോലീസ് ക്യാമ്പുകൾ പിൻവലിക്കുക, നരനായാട്ട് അവസാനിപ്പിക്കുക, രാഷ്ട്രീയത്തടവുകാരെ വിട്ടയയ്ക്കുക തുടങ്ങിയ മുദ്രാവാക്യങ്ങൾ ഉയർത്തി പ്രക്ഷോഭമാരംഭിച്ചു. ഒക്ടോബർ 25 ന് പട്ടാള ഭരണം പ്രഖ്യാപിക്കപ്പെട്ടു. 26 ന് തൊഴിലാളി യൂനിയനുകൾ നിയമവിരുദ്ധമായി പ്രഖ്യാപിച്ചു. തൊട്ടടുത്ത ദിവസമുണ്ടായ വെടിവെപ്പിൽ നൂറുകണക്കിന് കർഷകരും തൊഴിലാളികളും മരിച്ചു. നേതാക്കൾ അറസ്റ്റിലായി. ഇതേ കാലത്ത് നിയമസഭയിൽ കടന്നുകയറി ദിവാൻ ഭരണം അവസാനിപ്പിക്കുക എന്ന മുദ്രാവാക്യം വിളിച്ചു ഭരണാധികാരികളെ ഞെട്ടിപ്പിക്കാനും അറസ്റ്റും മർദ്ദനവും ഏറ്റുവാങ്ങാനും തൊഴിലാളികൾ സന്നദ്ധരായി.

സാമൂഹിക – രാഷ്ട്രീയാന്തരീക്ഷം

തൊഴിലാളിവർഗത്തിന്റെ ഈ കൂട്ടായ്മയും പ്രക്ഷോഭവും സജീവമാക്കുകയും പൊതുബോധത്തിന്റെ ഭാഗമാക്കുകയും ചെയ്ത സാമൂഹിക-രാഷ്ട്രീയാന്തരീക്ഷവും ഗ്രഹിക്കേണ്ടതുണ്ട്. അന്നത്തെ കേരളീയ സാഹചര്യം ഇങ്ങനെ സംഗ്രഹിക്കാം.

1. വ്യവസായവൽക്കരണത്തെത്തുടർന്ന് സിദ്ധിച്ച പുതിയ അറിവുകൾ കോളനിവാഴ്ചയ്ക്കും ജന്മിത്തത്തിനും സാമൂദായികാനാചാരങ്ങൾക്കും എതിരെ പൊരുതാനുള്ള വീര്യമുണർത്തി. ഒപ്പം മുതലാളിത്തത്തിനെതിരായ വർഗ സമരത്തിന്റെ കാലഘട്ടവും തുടങ്ങി.

2. ലോകയുദ്ധം, അതോടനുബന്ധിച്ചുണ്ടായ മുതലാളിത്ത പ്രതിസന്ധി, മൂന്നാം ലോകരാജ്യങ്ങളിലെ ജീവിതക്ലേശങ്ങൾ, സോവിയറ്റ് യൂനിയനിലെ സോഷ്യലിസ്റ്റ് വിപ്ലവം, കമ്മ്യൂണിസ്റ്റ് പാർട്ടിയുടെ രൂപികരണവും വളർച്ചയും. സ്പെയിനിലെ ആഭ്യന്തര കലാപം. ഫാസിസ്റ്റ് വിരുദ്ധ മുന്നേറ്റം തുടങ്ങിയവയുടെ ഫലമായി ആഗോള രാഷ്ട്രീയത്തിൽ ധ്രുവീകരണമുണ്ടായി. അതിന്റെ അലകൾ കേരളത്തിലുമെത്തി.

3. സാമൂദായിക പരിഷ്കരണ പ്രസ്ഥാനങ്ങൾ, അയിത്തോച്ചാടന സമരങ്ങൾ, സോഷ്യലിസ്റ്റ് ആശങ്ങൾക്കു ലഭിച്ച പ്രചാരം, തിരുവിതാംകൂറിലും മലബാറിലും രൂപപ്പെട്ട കാർഷക- കർഷകത്തൊഴിലാളി മുന്നേറ്റം, മഹാത്മാഗാന്ധിയുടെ നേതൃത്വത്തിൽ സ്വാതന്ത്ര്യ സമരത്തിനു കൈവന്ന പുതിയ ചൈതന്യം. നിസ്സഹകരണ പ്രസ്ഥാനം, കോൺഗ്രസ്സ് സോഷ്യലിസ്റ്റു പാർട്ടിയുടെയും കമ്മ്യൂണിസ്റ്റ് പാർട്ടിയുടെയും രൂപീകരണം, ജീവൽ സാഹിത്യ സംഘത്തിന്റെയും പുരോഗമന സാഹിത്യപ്രസ്ഥാനത്തിന്റെയും മുന്നേറ്റം, കർഷകകലാപങ്ങൾ തുടങ്ങിയവ കേരളീയ ജീവിതത്തിൽ കലങ്ങിത്തെളിയലുകൾക്ക് ഇടനൽകി.

4. ദേശീയ മുതലാളിത്തത്തിന്റെ വികാസത്തോടൊപ്പം തന്നെ കാർഷികവ്യാവസായിക തൊഴിലാളികളുടെ മുന്നേറ്റവും ശക്തിപ്പെട്ടു. വർഗവീക്ഷണത്തിന്റെ തെളിച്ചമുള്ള സമീപനങ്ങൾ ജീവിതത്തിന്റെ സമസ്തമേഖലകളിലും പ്രത്യക്ഷപ്പെട്ടു.

തൊഴിലാളി സംഘടനാ രൂപികരണത്തിനും പ്രക്ഷോഭങ്ങൾക്കും നേതൃത്വം നൽകിയ പലരും ആധുനിക കേരളത്തിന്റെ സൃഷ്ടിയിൽ വ്യത്യസ്ത മേഖലകളിൽ നൽകിയിട്ടുള്ള സംഭാവനകൾ ചെറുതല്ല, കേരളത്തിലെ ട്രേഡ് യൂനിയനുകളുടെ ആദ്യകാല നായകന്മാരുടെ പട്ടിക അത്തരമൊരു ആലോചനയ്ക്കും പ്രസക്തമായിത്തീരുന്നു, വാടപ്പുറം പി.കെ.ബാവ, പി.എസ് മുഹമ്മദ്, എം. കെ. ആന്റണി, പപ്പു ആശാൻ, എൻ. കൃഷ്ണൻ, കെ വേലായുധൻ, കെ.സി ഗോവിന്ദൻ, കേസരി എ. ബാലകൃഷ്ണപിള്ള, പി. കേശവദേവ്, ആർ. സുഗതൻ, പാണ്ഡവത്തു ശങ്കരപ്പിള്ള, പി.കെ കുഞ്ഞ്, കെ.എം. ഇബ്രാഹിം, മാത്യു മാഞ്ഞൂരാൻ, പി.എസ് നമ്പൂതിരി, ജോർജ്ജ് ചടയംമുറി, പി.കൃഷ്ണപിള്ള, മഞ്ചുനാഥറാവു, എം.കെ കേളു, പി.കെ. ബാലകൃഷ്ണൻ. ചെറിയാൻ മാഞ്ഞൂരാൻ, യു.ഗോപാലമേനോൻ, സി. കണ്ണൻ, കാന്തലോട്ടു കുഞ്ഞമ്പൂ, കെ.പി ഗോപാലൻ, എൻ.സി ശേഖർ, പി. നാരായണൻ നായർ, എം,എൻ ഗോവിന്ദൻ നായർ. പി.ടി. പുന്നൂസ്. ടി,.വി തോമസ്, കെ.കെ വാരിയർ, ശങ്കരനാരായണൻ തമ്പി, ജോർജ്ജ് കാക്കനാടൻ, എം.എ.കാക്കു, പി.എം. തോമസ്. ടി.വി ആൻഡ്രൂസ്, എം.പി. ഭട്ടതിരിപ്പാട്, ജോർജ്ജ് വിതയത്തിൽ, ആർ.എം. മനയ്ക്കലാത്ത്, സി.ച്ച് കണാരൻ, എം.ടി. ചന്ദ്രസേനൻ, വി,എ, സൈമൺ. പി.എ. സോളമൻ, പനമ്പിള്ളി ഗോവിന്ദമേനോൻ, ടി.കെ ദിവാകരൻ, കെ.പി. പ്രഭാകരൻ തുടങ്ങി ഒട്ടനവധി പേരുണ്ട്. ഇവരിൽ പലരും കലാസാഹിത്യരംഗം, സാമൂദായിക പരിഷ്കരണരംഗം, രാഷ്ട്രീയ പ്രവർത്തനം, ഭരണരംഗം എന്നിവയിലെല്ലാം ശ്രദ്ധേയമായ സംഭാവനകൾ നൽകിയിവരാണെന്നു കാണാം.

ജീവൽ സാഹിത്യ സംഘം

ബദൽ ജീവിത വ്യവസ്ഥയ്ക്കും സംസ്കാരത്തിനും വേണ്ടിയുള്ള പോരാട്ടമായിരുന്നു തൊഴിലാളിവർഗത്തിന്റേത്. യാഥാസ്ഥിതികമായ എന്തിനെയും നിശിതമായ വിമർശന ബുദ്ധിയോടെയാണ് അവർ നേരിട്ടത്. മാർക്സിസം- ലെനിനിസത്തിന്റെ സൈദ്ധാന്തിക സംഭാവനകൾ- ചരിത്രപരവും വൈരുദ്ധ്യാത്മകവുമായ ഭൗതികവാദം- സാമൂഹിക രാഷ്ട്രീയ വ്യവസ്ഥകൾക്കും പൊതുബോധത്തിനും എതിരെ പൊരുതാൻ കീഴാള വർഗത്തെ ശക്തമാക്കി. ആശയപരമായ മുന്നൊരുക്കം നടത്തേണ്ടതിന്റെ അനിവാര്യത കീഴാളവർഗ നേതൃത്വം തിരിച്ചറിഞ്ഞിരുന്നു, തിരുവിതാംകുർ ലേബർ അസോസിയേഷൻ സ്ഥാപിതമായ ഇരുപതുകളിൽ തന്നെ ലഘുലേഖകൾ പുറത്തിറക്കിത്തുടങ്ങിയിരുന്നു. പി.കെ. ബാവയുടെ ഉടമസ്ഥതയിൽ തൊഴിലാളി എന്ന പ്രസിദ്ധീകരണവും ആരംഭിച്ചത് ഈ ഉദ്ദേശത്തോടെയാണ്.

ഫാസിസത്തിനും സാമ്രാജ്യത്വത്തിനും എതിരായ പോരാട്ടത്തിന്റെ സാംസ്കാരിക ദൗത്യം ഏറ്റെടുത്തുകൊണ്ട് ആഗോളതലത്തിൽ ചേർന്ന എഴുത്തുകാരുടെ സമ്മേളനം കേരളത്തിലും ആവേശമുണ്ടാക്കി. 1936ൽ ലക്നൗവിൽ രൂപംകൊണ്ട ഇന്ത്യയയിലെ പ്രോഗ്രസ്സീവ് റൈറ്റേഴ്സ് അസോസിയേഷന്റെ കേരള ഘടകം ജീവൽ സാഹിത്യസംഘം എന്ന പേരിൽ രൂപമെടുത്തു. 1937 ഏപ്രിൽ മാസത്തിൽ തൃശ്ശൂരിൽ ചേർന്ന സമ്മേളനത്തിന് ഇ.എം.എസ്, കെ.ദാമോദരൻ. പി. കേശവദേവ്, കെ.എ ദാമോദരമേനോൻ, എൻ.പി.ദാമോദരൻ, കെ.കെ വാരിയർ, എ. മാധവൻ, സി. നാരായണപിള്ള തുടങ്ങിയവരാണ് നേതൃത്വം നൽകിയത്. എ. മാധവനെ സെക്രട്ടറിയായി തെരഞ്ഞെടുത്തു. പുരോഗമന എഴുത്തുകാരുടെ കൂട്ടായ്മ വലിയ കോളിളക്കങ്ങൾക്കും ചർച്ചകൾക്കും ഇടയാക്കി. ഒരു പുതിയ സാഹിത്യ സമീപനത്തിന്റെ മാനിഫെസ്റ്റോ ഇ.എം. എസും കേസരി ബാലകൃഷ്ണപിള്ളയും അവതരിപ്പിച്ചു. ജീവൽ സാഹിത്യവും സൗന്ദര്യബോധവും എന്ന പേരിൽ ഇ.എം.എസ് എഴുതിയ (മാതൃഭൂമി, 1937, ജൂലായ് 19) ലേഖനവും ജീവൽ സാഹിത്യത്തിന്റെ വിഷയം എന്ന തലക്കെട്ടിൽ കേസരി എഴുതിയ (മാതൃഭുമി,1937 ജൂലായ് 26) ലേഖനവും കേരളീയമായ പ്രതിബോധരൂപീകരണത്തിനും തൊഴിലാളി വർഗസാഹിത്യ വിചാരത്തിനും വഴിതുറന്നു.

'സൗന്ദര്യബോധമല്ല യാഥാസ്ഥിതിക സാഹിത്യത്തെയും ജീവൽ സാഹിത്യത്തെയും വേർതിരിക്കുന്നുത്. മഹത്തായ കലാസൗന്ദര്യമുള്ള കൃതികൾ ജീവൽ സാഹിത്യത്തിലുണ്ടാവാം; മറ്റു സാഹിത്യത്തിലുമുണ്ടാവാം. അതുപോലെതന്നെ ഏറ്റവും പരുക്കൻ മട്ടിലുള്ള കൃതികളും രണ്ടു വിഭാഗങ്ങളിലുമുണ്ടാവാം. പുരോഗമനപരമായ ശക്തികളുടെ പ്രാതിനിധ്യം വഹിച്ചുകൊണ്ട് മുന്നോട്ടു വന്നാൽ ഏറ്റവും സുന്ദരമായ കവിതയും ജീവൽ സാഹിത്യമായി. യാഥാസ്ഥിതിക ശക്തികളെ പ്രതിനിധീകരിക്കുന്നത് എത്ര പരുക്കനായാലും ജിവൽ സാഹിത്യമാവുകയില്ല. പരുക്കൻ മട്ടല്ല. പുരോഗതിയുടെ ആവേശജനകമായ സന്ദേശമാണ് ജിവൽ സഹിത്യത്തിന്റെ ജീവൻ' (മാർക്സിസവും മലയാള സാഹിത്യവും)

എന്ന സാഹിത്യ സംബന്ധിയായ ഒരു വ്യത്യസ്ത വീക്ഷണം ഇ. എം.എസ്. മുന്നോട്ടു വെക്കുന്നത് പൂരോഗതിയുടെ സന്ദേശം മുൻനിർത്തിയാണ്. പുരോഗതി എന്താണെന്നും അദ്ദേഹം വിശദമാക്കുന്നുണ്ട്.

'ലോകത്തിൽ രണ്ടുതരം ശക്തികൾ കാണാം. ലോകത്തെ മുമ്പോട്ടു കൊണ്ടുപൊകുന്നതൊണ്. പുറകോട്ടു പിടിച്ചുവലിക്കുന്നതൊണ്. ഫാസിസം, സാമ്രാജ്യത്വ വാദം, നാടുവാഴി പ്രഭുത്വം. മുതലാളിത്തം ഇവ ഒരുവശം. സ്വാതന്ത്ര്യം, ദേശീയത്വം, ജനാധിപത്യം, സോഷ്യലിസം ഇവ മറുവശം. അയിത്തം, മരുമക്കത്തായം, നിർബന്ധ വൈധവ്യം ഇവ ഒരുവശം. സമത്വം. സ്വാതന്ത്ര്യം, സ്ത്രീപുരുഷ സൗഹാർദ്ദം ഇവ മറുവശം, ഇങ്ങനെ സാമൂഹ്യജീവിതത്തിന്റെ ഓരോ വകുപ്പിലും യാഥാ

സ്ഥിതികശക്തികളും പുരോഗമനശക്തികളും തമ്മിൽ ഒരു വടം വലി നടക്കുന്നുണ്ട്. ഇത് ഓരോ വിജ്ഞാനവിഥിയെയും സ്പർശിച്ചിട്ടുണ്ടെന്നു കാണാം.

ഈ പുരോഗമന വീക്ഷണത്തിന്റെ സാഹിത്യാവിഷ്കാരമാണ് ജീവൽ സാഹിത്യസംഘം ലക്ഷ്യമാക്കിയത്. ജീവൽസാഹിത്യത്തിന്റെ വിഷയം എന്ന ലേഖനത്തിൽ എ. ബാലകൃഷ്ണപിള്ള എഴുതുന്നു.

'ക്ലാസിക്ക് സാഹിത്യവും റൊമാന്റിക് സാഹിത്യവും ഒരു പോലെ പ്രായേണ മുതലാളിവർഗ്ഗത്തെ കീർത്തിക്കുകയോ അവരുടെ ജീവിതത്തെ ചിത്രീകരിക്കുകയോ ആണ് ചെയ്യുന്നത്. ജീവൽസാഹിത്യമാകട്ടെ, തൊഴിലാളി വർഗത്തിന്റെ ജീവചരിത്രം വരയ്ക്കുന്നതിനു പ്രാമുഖ്യം നൽകുകയാണ്. സമുദായത്തിൽ നിന്നകന്നു നിൽക്കേണ്ടവനും ആരാധാനായോഗ്യനും അർദ്ധദിവ്യനുമാണ് ഒരു സാഹിത്യകാരൻ എന്നു മറ്റു തരം സാഹിത്യകാരന്മാരെപ്പോലെ ഒരു ജീവൽ സാഹിത്യകാരൻ കരുതുകയില്ല. സമൂദായത്തെ അഭിവൃദ്ധിപ്പെടുത്താൻ ശ്രമിക്കുന്ന ഇതര വിദഗ്ദ്ധ തൊഴിലാളികൾക്കുള്ള സ്ഥാനമേ ജീവൽ സാഹിത്യലോകത്തിൽ ഒരു സാഹിത്യകാരനുണ്ടായിരിക്കുകയുള്ളു' (കേസരിയുടെ സാഹിത്യവിമർശനങ്ങൾ)

പൂരോഗമനപക്ഷത്തിന് പ്രേരണയും പിന്തുണയും പ്രചാരണവും നൽകുക വഴി ആശയരംഗത്തെ വർഗസമരത്തെ ത്വരിതപ്പെടുത്താനാണ് ജീവൽ സാഹിത്യം യത്നിച്ചത്. രചനയിലും വായനയിലും ബോധപൂർവ്വമായ വർഗപരമായ ഇടപെടലുകളുടെ തുടക്കമായിരുന്നു അത്. മുതലാളിത്തത്തിന്റെ വളർച്ചയും തൊഴിലാളി ജീവിത ചിത്രീകരണവും അതിനു മുമ്പുതന്നെ സാഹിത്യത്തിൽ നിരീക്ഷിക്കപ്പെട്ടിട്ടുണ്ട്. 1889-ൽ പ്രസിദ്ധീകരിച്ച 'ഇന്ദുലേഖ'യിൽ നൂൽക്കമ്പനിയും തീവണ്ടിയും പകർന്ന വിസ്മയം മാത്രമല്ല ഉള്ളത്, സാമ്രാജ്യത്വ ചൂക്ഷണത്തിനെതിരായ [illegible]റൊരുക്കവുമുണ്ട്. 'ഇന്ത്യാരാജ്യം ക്രമേണ ദാരിദ്ര്യത്തിൽപെടുന്നതു നിർത്താൻ അന്യരാജ്യങ്ങളുമായുള്ള കച്ചവടങ്ങൾ. കൃഷി, കൈവേലകൾ, തയന്ത്രപ്പണികൾ മുതലായത് ഇന്ത്യക്കാർ പഠിപ്പിക്കാൻ ശ്രമിക്കരുതോ? സ്ത്രീകളെ വിദ്യാഭ്യാസം ധാരാളമായി ചെയ്യിക്കാൻ ശ്രമിക്കുരുതോ? എത്രകാലമായി തീവണ്ടി, ടെലിഗ്രാഫ് മുതലായ പലേ അത്ഭുതകരമായ വിദ്യകൾ ഇന്ത്യയിൽ വന്നിട്ട്. ഈ വക യന്ത്രങ്ങളൊക്കെ ഉണ്ടാക്കുവാനും ഉപയോഗിക്കുവാനും പഠിപ്പാൻ ഹിന്ദു-മുസൽമാന്മാർക്ക് ശ്രമിക്കരുതോ?'എന്നിങ്ങനെയുള്ള ആത്മവിമർശനം, 'കോൺഗ്രസ് വ്യഥാ കണ്ഠക്ഷോഭം ചെയ്തു കാലം കളയുകയാണ് അഭിമാനമുണ്ടെങ്കിൽ സാമ്രജ്യത്വത്തോടു പൊരുതുകയാണ് വേണ്ടത്' എന്നിങ്ങനെയുള്ള സമരാഹ്വാനങ്ങളായി വരെ 'ഇന്ദുലേഖ' (ഗോവിന്ദൻകുട്ടി മേനവന്റെ വാക്കുകൾ)യിൽ നിറയുന്നു.

'ദുരവസ്ഥയും' 'ചണ്ഡാലഭിക്ഷുകി'യും അവലോകനം ചെയ്തു

കൊണ്ട് കുമാരനാശാൻ കീഴാള പാഠങ്ങളൊരുക്കിയതെങ്ങനെയെന്ന് കേസരി വിശദമാക്കുന്നുണ്ട്. 'ദുരവസ്ഥ'യിലെ സങ്കുചിതമായ ഹിന്ദു വീക്ഷണ കോടിയല്ല, പിന്നെയോ 'ചണ്ഡാല' എന്ന പദം കേവലം ഒരു സിംബൽ മാത്രമായിട്ടുള്ള നാനാജാതി മതസ്ഥരടങ്ങിയ തൊഴിലാളി വർഗ്ഗത്തിന്റെ വീക്ഷണകോടിയാണ് 'ചണ്ഡാല ഭിക്ഷുകി' യിലുള്ളത്. ഗൗതമബുദ്ധന്റെ പ്രസംഗം കേട്ട് കോസല നൃപരനായ പ്രസേനജിത്ത് അതനുസരിച്ച് പ്രവർത്തിക്കുന്നു. ഇത് തിരുവിതാംകൂർ ഗവർണമെന്റിന് അവരുടെ സുപ്രസിദ്ധമായ ക്ഷേത്രപ്രവേശന വിളംബരം പുറപ്പെടുവിക്കുന്നതിന് ഒരു പ്രേരകമായിത്തീർന്നിരിക്കണം. ഇതുപോലെ തൊഴിലാളി വർഗത്തിന്റെ സകല അവശതകളുടെ പരിഹാരത്തിനും ഗവൺമെന്റ് നിയമം സൃഷ്ടിക്കണമെന്ന് ഒരു ധ്വനിയും ചണ്ഡാലഭിക്ഷുകിയിലുണ്ട്. പിന്നെയും മാപ്പിളലഹളയുടെ മൗലികമായ സാമ്പത്തിക കാരണവും മാപ്പിള തൊഴിലാളികളും ഹിന്ദു തൊഴിലാളികളായ തീണ്ടൽ വർഗക്കാരോടൊപ്പം മുതലാളികളിൽ നിന്ന് സങ്കടമനുഭവിച്ചിരുന്നു എന്ന വസ്തുതതയും ആശാൻ 'ദുരവസ്ഥ'യിൽ ബലപ്പെടുത്തിക്കാണിച്ചിട്ടില്ല (കേസരിയുടെ സാഹിത്യ വിമർശനങ്ങൾ). ആശാൻ കവിതയിലെ ധ്വനിപാഠങ്ങൾ തൊഴിലാളി പക്ഷാനുകൂലമായി വായിക്കാൻ ശ്രമിക്കുകയാണ് ബാലകൃഷ്ണപിള്ള. 'ദുരവസ്ഥ'യുടെ ദൗർബല്യവും 'ചണ്ഡാലഭിക്ഷുകി'യുടെ കരുത്തും വർഗ്ഗ പക്ഷവായനയിൽ വെളിപ്പെടുന്നു. ആധുനിക തൊഴിലാളിവർഗം രൂപം കൊണ്ടു തുടങ്ങിയ കാലത്തുതന്നെ ആശാനെപ്പോലെ സുക്ഷ്മഗ്രഹിയായ ഒരെഴുത്തുകാരന്റെ രചനകളെ വർഗസമര നിലപാടുകൾ സ്വാധീനിക്കുന്നുവെന്നാണ് കേസരി തെളിയിക്കുന്നത്.

വ്യക്ത്യനുഭവങ്ങളുടെ സങ്കീർണതകളിലേക്കും ആത്മീയ സാധ്യതകളുടെ അനന്തവൈചിത്ര്യങ്ങളിലേയ്ക്കും കവിത തുറക്കപ്പെട്ടത് ഇരുപതാം ശതകത്തിന്റെ തുടക്കത്തിലാണ്. ക്ലാസ്സിക്ക് കാവ്യപാരമ്പര്യത്തിന്റെ പരിമിതികൾ മറികടന്ന് കവിത കൂടുതൽ മാനവികമായി. നിയതമായ ബാഹ്യഘടനകൾ മാത്രമല്ല, അനുഭൂതികളുടെ നിർണ്ണീത ക്ഷേത്രങ്ങളും വീണ്ടുവിചാരത്തിനു വിധേയമായി. സാമ്പ്രദായിക അലങ്കാരങ്ങളിൽ നിന്നും മറ്റു മതസംബന്ധമായ പരിവേഷങ്ങളിൽ നിന്നും വിമുക്തമായ ഘടകങ്ങളുടെ നവീന സംബന്ധമായ വിന്യാസനമായി കവിത. ജീവിത സമീപനം, ഇച്ഛ, സ്നേഹ-ദുഃഖം-മൃത്യുപാസനകൾഎന്നിവയെല്ലാം കാവ്യവിഷയങ്ങളായി. അതുവഴി പുരുഷ, ജന്മി, കൊളോണിയൻ മേധാവിത്വത്തിനെതിരായ പോരാട്ടത്തിന്റെ മുഖം കൂടി കവിതയ്ക്കു കൈവന്നു. സാഹിത്യ സാംസ്കാരിക രാഷ്ട്രീയ രംഗങ്ങളിലെ വ്യവഹാരങ്ങളിലെല്ലാം രൂപമാർജ്ജിച്ച പൊതുബോധം നേരത്തെ വിശദീകരിച്ച തൊഴിലാളിവർഗ്ഗ മുന്നേറ്റത്തിന്റെ കൂടി ഉപാദാനമാണ്. അതിനാൽ കവിതയ്ക്കും ഈ നവീന രാഷ്ട്രീയ ബോധവുമായി ജൈവബന്ധമുണ്ടാകാതെ വയ്യ. കുമാരനാശാൻ മുതൽ ചങ്ങമ്പുഴ വരെയുള്ള കാവ്യഘട്ടം ഇത്തരമൊരു രാഷ്ട്രീയബോധം മുഖ്യധാരയായി

തീരുന്നതുന്റെ സമീപ പൂർവ്വഘട്ടം കൂടിയാണ്. അതുകൊണ്ടാണ് കേസരി ചൂണ്ടിക്കാണിച്ച ധ്വനിപാഠങ്ങൾക്ക് ആശാൻ കവിതയിൽ ഇടം ലഭിച്ചത്. ചങ്ങമ്പുഴയിലാകട്ടെ തൊഴിലാളിപക്ഷ നിലപാടുകൾക്ക് ഊന്നലുകളുള്ള സാമാന്യ രാഷ്ട്രീയ കവിതകളുടെ പുതുധാര തുടക്കമിട്ടു.

സാമൂഹിക വൈരുധ്യങ്ങൾ പൊടുന്നനെ വർധിക്കുകയും തീക്ഷ്ണമാകുകയും ചെയ്ത മുപ്പതുകളിൽ

'ഒരു യുവമാനസമെങ്കിലുമെൻ
മിഴിനീരിലല്പമലിഞ്ഞുവെങ്കിൽ
അതുമാത്രമാണെന്റെ പരമഭാഗ്യം
അതുമാത്രമാണെന്റെ ചാരിതാർത്ഥ്യം'

എന്നു പാടി ഒതുങ്ങിക്കഴിഞ്ഞില്ല. ചങ്ങമ്പുഴ, വാഴക്കുല'യും'രമണനു'മെല്ലാം വരേണ്യ ജീവിതനിഷ്ഠകളെ ചോദ്യം ചെയ്തു.

'ജടയുടെ സംസ്കാരപ്പനയോലക്കെട്ടൊക്കെ-
പ്പൊടികെട്ടിപ്പുഴുകുത്തി ചിതലുമുറ്റി.
ചികയുന്നോ-ചിരിവരും-ചിലതിനിയുമുണ്ടെന്നോ?
ചിതയിലേക്കവയെടുത്തെറിയൂ വേഗം!
അറിയാനിനിയുലകിൽ നമുക്കുള്ളതെന്തെന്നോ?
പറയാം ഞാൻ അരിവാളിൻ തത്ത്വശാസ്ത്രം!'

(ചുട്ടെരിക്കിൻ)

എന്ന നിരീക്ഷണം സത്യസന്ധമായി ആവിഷ്കരിക്കാനും

'വിത്തനാഥന്റെ ബേബിക്കു പാലും
നിർദ്ധനച്ചെറുക്കന്നുമിനീരും
ഈശ്വരേച്ഛയ, ല്ലാ, കിലാമ്മട്ടു-
ള്ളീശ്വരനെ ചവിട്ടുക നമ്മൾ'

(സ്പന്ദിക്കുന്ന അസ്ഥിക്കൂടം)

എന്നാക്രോശിക്കാനും ചങ്ങമ്പുഴ കരുത്തനാകുന്നു. അരിവാളിന്റെ തത്ത്വശാസ്ത്രവും അതിന്റെ വർഗസമര നിലപാടുകളും കേരളീയ ജീവിതത്തിന്റെ യാഥാർത്ഥ്യമായിത്തീരുകയും പൊതുബോധത്തെ വ്യവസ്ഥിതിയുടെ മറുപുറമായി നിർണ്ണയിക്കുകയും ചെയ്തതിന്റെ കാവ്യമുദ്രകളാണ് ഇക്കാലത്തു പിറവിയെടുത്തത്.

'പാവങ്ങൾ ചത്തീടുകിലെന്തു പിറക്കിലെന്തെ,ൻ

പാഴ് വാക്കിതിന്നരുൾക മാപ്പു മനീഷിമാരേ!'

(മാപ്പ്)

എന്നും

'പാവങ്ങൾ തൻ പ്രാണമരുത്തുവേണം

പാപപ്രഭുക്കൾക്കിഹ പങ്കവീശാൻ'

(വെടികൊണ്ട പക്ഷി)

എന്നും വള്ളത്തോളിനെക്കൊണ്ട് എഴുതിച്ചത് ഈ വഴി തിരിഞ്ഞ പൊതുബോധമാണ്. അറുപതുകളിൽ വ്യവസ്ഥാപക്ഷത്തോടു കൂറു പ്രഖ്യാപിക്കുന്നുണ്ടെങ്കിലും ജി. ശങ്കരക്കുറുപ്പും നാൽപതുകളിലും അമ്പതുകളിലും, 'വേലതൻ ജയത്തിന്റെ പവിഴക്കൊടിക്കൂറ (നാളെ) ഉയർത്തി പറപ്പിച്ചിട്ടുണ്ട്, ചെങ്കതിരുകൾ, നിമിഷം, മുത്തുകൾ, പൂജാ പുഷ്പം, തുടങ്ങിയ സമാഹാരങ്ങളിൽ, കൊച്ചമ്മ, നാളെ, ആ ചോദ്യ ചിഹ്നം, തുപ്പുകാരി, ശവപ്പെട്ടി തുടങ്ങിയ രചനകൾ വേലചെയ്യുന്നവ രോടുള്ള ഐക്യദാർഢ്യം തുറന്നുപ്രഖ്യാപിക്കുന്നു.

പണിമുടക്കം, പുത്തൻ കലവും അരിവാളും, ചികരിക്കുഴികൾ, നാള ത്തെപാട്ട്, അഭിനന്ദനം. നെല്ലുകുത്തുകാരി പാറുവിന്റെ കഥ തുടങ്ങിയ കവിതകളിൽ ഇടശ്ശേരിയുടെ വർഗ്ഗചായ്‌വു പ്രകടമാകുന്നുണ്ട്. പണി മുടക്കം അതിശക്തമായ തൊഴിലാളിപക്ഷ രചനയാണ്. തുണിമില്ലിലെ പണിമുടക്കമാണ് പ്രമേയം.

'തൊഴിലാളിതൂകിയ കണ്ണൂനീരിൻ

പൂളിനക്കിനൊട്ടും കരിങ്കാലികൾ

തടയാനിറങ്ങിയോർക്കെല്ലൊടിഞ്ഞു

പടയായി ലാത്തിയും തോക്കുമായി

മുതലാളി കാരുണ്യം വച്ചുകാട്ടി

തൊഴിലാളി നീതിക്കായങ്കം വെട്ടി

....

കുഴിവെട്ടി മൂടുക വേദനകൾ

കുതികൊൾക ശക്തിയിലേക്കു നമ്മൾ'

എന്നിങ്ങനെ തൊഴിൽ സമരങ്ങളുടെ തീക്ഷ്ണതയും തൊഴിലാളി ജീവിതത്തിന്റെ ദൈന്യതയും വരയ്ക്കുക മാത്രമല്ല തന്റെ ഐക്യ ദാർഢ്യം പ്രകടിപ്പിക്കുക കൂടി ചെയ്യുന്നുണ്ട് ഇടശ്ശേരി.

'ഇക്കയർ പണിയും സോദരിമാരുടെ

ദുഃഖംപാടി നടപ്പൂ ഞാൻ

അവരുടെ കഷ്ടപ്പാടിൻ നേർക്കൊരു

മിഴിനീർ നിങ്ങൾ പൊഴിക്കില്ലേ?'

എന്ന് 'ചകിരിക്കുഴിക'ളിലും ഈ സഹാനുഭാവം പ്രകടമാക്കുന്നു.

അവഗണിക്കപ്പെട്ട വിഭാഗത്തിന് നാൽപതുകളുടെ തുടക്കത്തിൽത്തന്നെ വൈലോപ്പിള്ളി നാവു നൽകി. കന്നിക്കൊയ്ത്ത്. പടയാളികൾ, കാക്ക തുടങ്ങിയ കവിതകൾ ഉദാഹരണം. 'ചീത്തകൾ കൊത്തി വലിക്കുകിലും ഏറ്റവും വൃത്തിവെടിപ്പെഴുന്നവളാ'ണെന്നും. 'ചേലുകൾ നോക്കുവോളല്ലെങ്കിലും നാനാവേലകൾ ചെയ്യുന്നവ'ളാണെന്നും 'കാക്ക' യെ കവി പരിചയപ്പെടുത്തുന്നു. കാക്ക അധഃസ്ഥിത വർഗപ്രതിനിധി കൂടിയാകുന്നു. 'പാരിന്റെ പാദം പണിയുവോർ' തൊഴിലാളികളാണെന്നും അവരെയാണ് പാടിപ്പുകഴ്ത്തേണ്ടതെന്നും പടയാളികൾ എന്ന കവിത വിളിച്ചറിയിക്കുന്നു. ഇടത്തരക്കാരുടെ ആത്മവൈരുധ്യമനുഭവിക്കുകയും അതേറ്റവും സത്യസന്ധമായി ആവിഷ്കരിക്കുകയും (കുടിയൊഴിക്കൽ) ചെയ്യുമ്പോൾ തന്നെയാണ് വൈലോപ്പിള്ളി ഈ അധഃസ്ഥിതവർഗ പക്ഷപാതം പ്രകടമാക്കിയിട്ടുള്ളത്.

'ഭേരി നീ നിറുത്തായ്ക

സോദരാ. സാരിഗാമാ-

കാരികൾ പുച്ഛിക്കട്ടെ

നാടു കേട്ടുണർന്നല്ലോ

എന്തിതിലേക സ്വര-

മാണെന്നോ. സത്യത്തിന്റെ

സുന്ദര കലയ്ക്കൊരേ-

യൊരു വർണമേ പോരും

ഭേരി നീയടിച്ചാലും

കുരകൾക്കുള്ളിൽ പഞ്ഞ-

ത്താരി കേൾപ്പവർക്കിതു

ദേവദുന്ദുഭി നാദം'

(ഭേരി)

പഞ്ഞമനുഭവിക്കുന്നവരുടെ ദേവഗാനമാണ് പ്രതിബദ്ധ കവിതയെന്ന്

കവി ഓർമ്മിപ്പിക്കുന്നു.

വിഭ്രമാത്മകമായ അനുഭവങ്ങളിലേക്കു നയിക്കുന്ന കാവ്യഭാഷയോടു പോരു കുറിക്കുന്ന എൻ.വി. കൃഷ്ണവാരിയർ, 'മറന്നിടാ നാം വെടിയുണ്ടകളെ തഴുകിയ നാട്ടാരെ, മറന്നിടാ നാം കഴുമരമേറിയ ധീരസോദരരെ' എന്നും 'എങ്ങു മനുഷ്യനു ചങ്ങല കൈകളിലങ്ങെൻ കയ്യുകൾ നൊന്തീടുകയാ'ണെന്നും നിലവിളിച്ചു കൊണ്ടാണ് പ്രത്യക്ഷപ്പെടുന്നത്. 'നീണ്ട കവിതകൾ' 'കുറെ കൂടി നീണ്ട കവിതകൾ', 'കൊച്ചുതൊമ്മൻ' തുടങ്ങിയ സമാഹാരങ്ങളിലെ രചനകൾ വ്യവസ്ഥാവിരുദ്ധ കവിതയുടെ തീക്ഷ്ണമുഖമാകുന്നു.

'ഉറക്കുപ്പാട്ടുകളരുത് പാടരുത്' എന്നു പ്രഖ്യാപിക്കുകയും ചുവന്ന ഉദയം കൊതിക്കുകയും ചെയ്ത ഒളപ്പമണ്ണ, അക്കിത്തം എന്നിവരും 'വില്ലാളിയാണു ഞാൻ, ജീവിത സൗന്ദര്യ വല്ലകീ മീട്ടിലല്ലെന്റെ ലക്ഷ്യം' (വില്ലാളി) എന്ന പ്രഖ്യാപനത്തോടെ കടന്നു വന്ന പി.ഭാസ്കരനും കവിതയുടെ തൊഴിലാളി പക്ഷധാരയെ ജീവത്താക്കുന്നു. പി. ഭാസ്കരന്റെ വയലാർ ഗർജ്ജിക്കുന്നു എന്ന കവിത തൊഴിലാളി വർഗ സാഹിത്യത്തിന്റെ ഉജ്ജ്വല മാതൃകയാണ്.

'ഉയരും ഞാൻ നാടാകെപ്പടരും ഞാനൊരു പുത്ത-

നിയിർ നാടിനേകിക്കൊണ്ടുയരും വീണ്ടും'

എന്നത് പുന്നപ്ര-വയലാറിൽ വീണുമരിച്ച നൂറുകണക്കായ രക്തസാക്ഷികളുടെ ശബ്ദമാണ്.

മരണമടഞ്ഞിട്ടില്ലവരാരും, ഉണ്ടവർ

ജനതതൻ ഹൃത്തിലനശ്വരരായ്!

കുതികൊണ്ടു സ്വേച്ഛാധികാരത്തോടേൽക്കുന്ന

പടയണിക്കുള്ളിലവരിരിപ്പൂ

'വയറിലാറിന്നൊരു കൊച്ചുഗ്രാമമല്ലാർക്കുമേ

വില കാണാനാവാത്ത കാവ്യമത്രേ!

മലയാളത്തിരുമാറിൽ മർദ്ദിതന്മാർ സ്വന്തം

ഹൃദയരക്തത്താൽ കുറിച്ച കാവ്യം'

എന്നിങ്ങനെ പ്രക്ഷോഭങ്ങളെ അതിജീവനത്തിനുള്ള നിത്യസ്മൃതിയാക്കി ഭാസ്കരൻ മൊഴിമാറ്റം ചെയ്തിരിക്കുന്നു. 'സ്നേഹിക്കയില്ല ഞാൻ, നോവുമാത്മാവിനെ സ്നേഹിച്ചിടാത്തൊരു തത്ത്വശാസ്ത്രത്തെയും' എന്ന് പ്രഖ്യാപിച്ച വയലാർ രാമവർമ്മ.

'അത്രപെട്ടെന്നു കെട്ടടങ്ങില്ലിനി

കത്തുവാനായ് പുകയുമീത്തീമല!
അത്ര വേഗത്തിലിക്കൊടുങ്കാറ്റിന്റെ
ശബ്ദമൊന്നും ശമിക്കുകയില്ലിനി'

(തീജ്വാലകൾ)

എന്നു വ്യവസ്ഥാപക്ഷത്തിനു മുന്നറിപ്പു നൽകുന്നു. ഫാക്ടറിത്തൊഴിലാളി സമരമാണ് സംസ്കാരത്തിന്റെ നാളുകൾ എന്ന കവിതയുടെ പ്രമേയം.

'കയറു പിരിക്കും തൊഴിലാളിക്കൊരു
കഥയുണ്ടുജ്ജ്വല സമരകഥ
അതു പറയുമ്പോളെന്നൂടെ നാടി
ന്നഭിമാനിക്കാൻ വകയില്ലേ?
അറിയാം നിങ്ങൾ,-ക്കൊരു കഥയില്ലതു
പൊരുതും വർഗ ചരിത്രത്തിൽ
ഉടനീളം ചൂടുചോരയിലെഴുതിയ
തുടുതുടെ നിൽക്കും പരമാർത്ഥം!'

ഈ അഭിമാനകരമായ സമരങ്ങളും അതിന്റെ കഥകളും 'നാളത്തെ പുതുസംസ്കാരത്തിൻ നാളം കൊയ്യുകയാണെങ്ങും' എന്നും വയലാർ അറിയുന്നു. ഈ പുതുസംസ്കാരത്തിനുള്ള ഇടപെടലായി കവിതാരചനയെ വികസിപ്പിച്ച വർഗ പക്ഷ കവിയാണ് വയലാർ.

'പോകുന്നു, പോകുന്നു, ഞങ്ങൾ പടക്കളം
പൂകുവൻ പോകുന്നു പുഷ്ടമോദം
കാരാഗൃഹത്തിൻ കരാളത ഞങ്ങളെ
നേരായ മാർഗ്ഗം തടുക്കയില്ല
മർദ്ദനം നിർദ്ദയം നൃത്തമാടീടിലും
മർദ്ദിതർഞ്ഞങ്ങൾ മടങ്ങുകില്ല
സന്തോഷമേകുന്ന പൂമഴയെന്നപോൽ
ചിന്തും വെടിയുണ്ട ഞങ്ങളേൽക്കും

....

പാളുന്നു വാളിനെ പാവനഹാരമായ്

പാവങ്ങൾ ഞങ്ങൾ ഗളത്തിലേന്തും'

എന്ന് പടക്കളത്തിലേക്ക് എന്ന കവിതയിലും 'കടത്തുവഞ്ചി'യിലും കെടാമാംഗലം പപ്പൂക്കുട്ടി വ്യവസ്ഥാവിരുദ്ധ കവിതയുടെ വഴിയൊരുക്കുന്നു. കെടാമംഗലവും കെ.പി.ജിയും തൊഴിലാളി വർഗ കവിത ലക്ഷ്യമായി സ്വീകരിച്ചവരാണ്. വിപ്ലവസന്ദേശം നിറഞ്ഞ ഒട്ടേറെ രചനകളുണ്ട കെ.പി.ജി.യുടേതായി.

'സ്വതന്ത്ര ഭാരതനൂതന ചരിതം

സ്വന്തം ചോരയിലെഴുതുന്നവരേ

മർദ്ദിത ജനതതി തൻസമരത്തിൽ

രക്തപതാക പറപ്പിച്ചവരേ

....

അണയുവിനണയുവിനായിരലക്ഷം

അണിചേർന്നുടനടി മുന്നോട്ടണവിൻ'

തുടങ്ങിയ പ്രശസ്തമായ പടപ്പാട്ടുകളും അദ്ദേഹം എഴുതി.

'കാറ്റിന്റെ ചൂളം വിളിയിൽ പോലും

മാറ്റങ്ങളുടെ മാഹസത്യം' (ഓടക്കുഴൽ ഗർജ്ജിക്കുന്നു) കണ്ടവയലാറും

'ഞങ്ങളുഷസ്സിൽ വിത്തുകൾ പുതിയ കരുത്തുകൾ

പുതിയ യുഗത്തുടി കൊട്ടിപ്പാടിയുറക്കമുണർത്തും പാണന്മാർ'

എന്ന പുതിയ വിലാസം കയ്യേൽക്കുന്ന പുനലൂർ ബാലനും

'പുതിയൊരുഷസ്സിന്റെ ഗായകന്മാരേ

പുതിയൊരുണർവ്വിന്റെ കാഥികന്മാരെ

ഒരുമിച്ചു നിന്നുകൊണ്ടൊറ്റ സ്വരത്തിൽ

പൊരുതും കലയുടെ കാഹളമുതാം'

എന്ന് അഹ്വാനം ചെയ്യുന്ന തിരുനെല്ലൂർ കരുണാകരനും തൊഴിലാളി വർഗ കവിതയുടെ രക്തസാഹോദര്യം പങ്കുവെക്കുന്നു. ഒ.എൻ.വി. കുറുപ്പ്, പ്രേംജി, ചെറുകാട്. വി.ടി കുമാരൻ, ടി.എസ്. തിരുമുമ്പ്, പൊൻകുന്നും ദാമേദരൻ, പുതശ്ശേരി രാമചന്ദ്രൻ തുടങ്ങിയവരും ഇക്കൂട്ടത്തിലെ പ്രമുഖ കവികളാണ്.

കേരളീയ രാഷ്ട്രീയ പൊതുമണ്ഡലത്തിനു നേരിടേണ്ടിവന്ന ആഘാ

തങ്ങൾ അറുപതുകളിൽ തൊഴിലാളിവർഗ കവിതയെ ക്ഷീണിപ്പിച്ചു. എങ്കിലും എഴുപതുകളിൾ പുതിയ ശക്തികളുയർത്തെണീറ്റു. 'കാട്ടാളൻ', 'കിരാതവൃത്തം' (കടമ്മനിട്ട), 'നിശ്ശബ്ദത', 'ബംഗാൾ' (കെ.ജി ശങ്കര പ്പിള്ള), 'ഇന്ത്യൻ സ്കെച്ചുകൾ' (സച്ചിദാനന്ദൻ) തുടങ്ങിയ കവിതകൾ വലിയൊരു വിച്ഛേദം തന്നെയാണ് കാവ്യബോധത്തിലുണ്ടാക്കി യത്. അടിയന്തരാവസ്ഥയിൽ തൊഴിലാളിപക്ഷ നിലപാടുകളുള്ള കവി തകളുണ്ടായി. 'നാവുമരം' (സച്ചിദാനന്ദൻ), 'ഉയിർത്തെഴുന്നേൽപ്പ്' , 'ശാന്ത' (കടമ്മനിട്ട) 'വന്ദേമാതരം' (എം, കൃഷ്ണൻകുട്ടി,) 'പ്രവാസ ത്തിന്റെ അവസാനത്തിൽ' (കുഞ്ഞപ്പ പട്ടാന്നൂർ) എന്നിവയോടൊപ്പം വൈലോപ്പള്ളിയുടെ കാർട്ടുൺ കവിതകളും വർഗകവിതകളുടെ ദൗത്യം നിർവ്വഹിച്ചിട്ടുണ്ട്.

ഈ ധാരയിലെ പരീക്ഷണങ്ങൾ തൊണ്ണുറുകളിലും തുടർന്നു. ഏഴാച്ചേരി രാമചന്ദ്രൻ, ഈകുങ്കോട്ട് ശ്രീധരൻ, കെ.സി ഉമേഷ്ബാബു, ശ്രീരേഖ, കരിവെള്ളൂർ മുരളി, കരുണാകരൻ, പുതുശ്ശേരി, ഡി.വിനയ ചന്ദ്രൻ, നീവമ്പേരൂർ മധുസൂദനൻ നായർ, പലവിള രമേശൻ, എസ്. രമേശൻ, വി.പി. വാസുദേവൻ, രാവുണ്ണി, സിവിക് ചന്ദ്രൻ, മണമ്പൂർ രാജൻ ബാബു, സി.പി. അബൂബക്കർ തുടങ്ങി ഒട്ടേറെപ്പേരുണ്ട്. ഇക്കു ട്ടത്തിൽ. എന്നാൽ തൊഴിലാളി വർഗ കവിതയുടെ പോർവീര്യത്തിനു തുടർച്ചയായി ദളിത്-സ്ത്രീ- പരിസ്ഥിതിപക്ഷ രചനകളുടെ ഉജ്ജ്വ ലമായ രംഗപ്രവേശം കവിതയുടെ വർത്തമാനത്തെയും സമരപാരമ്പ ര്യത്തെയും ദീപ്തമാക്കുന്നു. കവിതയിലെ പുതിയ തലമുറയുടെ പൊതു പ്രവണതകൾ പ്രതീക്ഷനൽകുന്നവയാണ്.

സമുദായ പരിഷ്കരണ പ്രസ്ഥാനത്തിന്റെയും പുരോഗമന രാഷ്ട്രീയ പ്രസ്ഥാനത്തിന്റെയും പുതിയ പ്രതിബോധത്തിൽ പിറവിയെടുത്ത നാടകങ്ങൾ ഒരു സമാന്തര ദൃശ്യസംസ്കാരം മാത്രമല്ല വിപ്ലവകരമായ സാംസ്കാരിക ഇടപെടൽ കൂടി കേരളത്തിനു പരിചിതമാക്കി, വി.ടി ഭട്ടതിരിപ്പാടിന്റെ 'അടുക്കളയിൽ നിന്ന് അരങ്ങത്തേക്ക്' എം.ആർ.ബി, യുടെ 'മറക്കുടയ്ക്കുള്ളിലെ മഹാനരകം', എം.പി. ഭട്ടതിരിപ്പാടിന്റെ 'ഋതുമതി' കെ.ദാമോദരന്റെ 'പാട്ടബാക്കി', പുളിമാന പരമേശ്വരൻ പിള്ള യുടെ 'സമത്വവാദി' ചെറുകാടിന്റെ 'നമ്മൊളൊന്ന്' തുടങ്ങിയ നാടക ങ്ങൾ സാമൂഹിക മുന്നേറ്റത്തിന്റെ തള്ളലിൽ രൂപം കൊണ്ടവയാണ്. പുരോഗതിയുടെ സന്ദേശം മാത്രമല്ല നിർബന്ധവും ഇവയ്ക്കു പ്രേരണ യായിത്തീർന്നു. എഴുതിയുണ്ടാക്കുന്ന സ്ക്രിപ്ററിനെ അനുസരിക്കുന്ന രംഗചലനങ്ങൾക്കു പകരം രംഗതീവ്രതയിൽ രൂപം കൊള്ളുന്ന പുതിയ പാഠങ്ങളിലേക്കു ശൈശവാവസ്ഥയിൽത്തന്നെ മലയാളനാടകം വളർന്നു. ഇതിന്റെ പ്രമുഖ നിദർശനങ്ങൾ വി.ടി യുടെയും ചെറുകാടി ന്റെയും നാടിന്റെയും നാടകങ്ങളാണ്. തോപ്പിൽ ഭാസിയുടെ 'നിങ്ങ ളെന്നെ കമ്മ്യൂണിസ്റ്റാക്കി'. 'വിശക്കുന്ന കരിങ്കാലി' . പി.ജെ ആന്റണിയുടെ 'ഇങ്ക്വിലാബിന്റെ മക്കൾ', എസ്. എൻ പൂരം സദാനന്ദന്റെ 'അഗ്നിപുത്രി'

കെ.ടി മുഹമ്മദിന്റെ 'സൃഷ്ടി', ഇ.കെ. അയമുവിന്റെ 'ജ്ജ് നല്ല മനസ്സനാകാൻ നോക്ക്' തുടങ്ങിയവ ഈ സംക്രമണ ഘട്ടത്തിലെ പ്രമുഖ നാടകങ്ങളാണ് ആധുനികതയുടെ പരീക്ഷണഘട്ടത്തിലെ പ്രമുഖ നാടകങ്ങളാണ്. ആധുനികതയുടെ പരീക്ഷണഘട്ടത്തെ അതിജീവിച്ചുവന്ന കീഴാള പക്ഷരചനകളുടെയും രംഗാവിഷ്കാരങ്ങളുടെയും കൂട്ടത്തിൽ പി.എം. താജിന്റെ 'കനലാട്ടം, രാവുണ്ണി, കുടുക്ക അഥവാ വിശക്കുന്നവന്റെ വേദാന്തം' തുടങ്ങിയ നാടകങ്ങളും കെ.ജെ ബേബിയുടെ 'നാടുഗദ്ദിക'യും വർഗസമരത്തിന്റെ തീക്ഷ്ണ ദൃഷ്ടാന്തങ്ങളായി അടയാളപ്പെട്ടിരിക്കുന്നു.

വർഗ വൈരുധ്യത്തിന്റെ സംഘർഷാത്മക അന്തരീക്ഷം സി.ജെ. തോമസ്, സി.എൻ ശ്രീകണ്ഠൻനായർ, എൻ.എൻ. പിള്ള. പൊൻകുന്നം വർക്കി, തിക്കോടിയൻ, ജി. ശങ്കരപ്പിള്ള, കാവാലം തുടങ്ങിയവരുടെ രചനകളെയും പരീക്ഷണങ്ങളെയും സാർത്ഥകമാക്കിയിട്ടുണ്ട്. സാംസ്കാരിക രാഷ്ട്രീയ മുന്നേറ്റങ്ങളുടെ ഭാഗമായി പ്രോസീനിയം സ്റ്റേജ് ഉപേക്ഷിച്ചു നാട്ടരങ്ങുകളിലേയ്ക്ക് നാടകം വളർന്നു. തെരുവുനാടക പ്രസ്ഥാനം നാടകത്തെ-രചന, അഭിനയം, സംവിധാനം, സംഗീതം, തുടങ്ങി എല്ലാ തലങ്ങളെയും- ജനകീയവൽക്കരിച്ചു. ഇവയിൽ ഭൂരിപക്ഷവും കീഴാളവർഗ നാടക വേദികളായിരുന്നു.

നവോത്ഥാനാനന്തര വിചാരവിപ്ലവം സാഹിത്യചത്തിലുണ്ടാക്കിയ അപഗുഡവൽക്കരണം ഗദ്യത്തിനു പ്രസക്തി വർദ്ധിപ്പിച്ചു. ചെത്തിമിനുക്കിയ വരമൊഴിയേക്കാൾ ചടുലമായ വാമൊഴികൾ ജീവിതത്തിലും ഭാഷയിലുമുണ്ടായ മാറ്റത്തെ പ്രതിഫലിപ്പിച്ചു. പുർവ്വ രചനകളിൽ പ്രാന്തവർക്കരിക്കപ്പെട്ട കീഴാള ജീവിതം സാഹിത്യത്തിലെ മുഖ്യവേഷമായിത്തീരുന്നതങ്ങനെയാണ്. 'തൊഴിലാളി', 'സഹോദരൻ', 'നവജീവൻ' തുടങ്ങിയ പ്രസിദ്ധീകരണങ്ങളിൽ മുപ്പതുകളിൽ പ്രസിദ്ധീകരിച്ച ചെറുകഥകളും ഇക്കാലത്തു തന്നെ പുറത്തുവന്ന നോവലുകളും പുതിയ സമരസംസ്കാരം ഉയർത്തിപ്പിടിച്ചിരുന്നു.

ആലപ്പുഴയിലെ തൊഴിലാളി പ്രസ്ഥാനത്തിന്റെ നായകൻ കൂടിയായിരുന്നു പി. കേശവദേവ് മുപ്പതുകളിലും നാൽപതുകളിലുമായി എഴുതിയ ചെറുകഥകളും നോവലുകളം ഈ പ്രതിസംസ്കാരത്തിന്റെ പ്രകടരൂപങ്ങളാണ്. ആലപ്പുഴയുലെ കയർത്തൊഴിലാളി യൂനിയന്റെ രൂപികരണവും വളർച്ചയും 1938 ലെ പണിമുടക്കവും 'കണ്ണാടി'യുടെ പ്രമേയമാകുന്നുണ്ട്. 'ഓടയിൽ നിന്ന്'ലാകട്ടെ ഒരു റിക്ഷാതൊഴിലാളി നായകനാണ്. അനീതിക്കുനേരെയുള്ള അടങ്ങാത്ത അമർഷവും പ്രതിബന്ധങ്ങളെ തൃണവൽഗണിക്കാനുള്ളസ്ഥൈര്യവും ഒരു പടയാളിയെന്ന പോലെ പപ്പുവിനെ കരുത്തനാക്കുന്നു. തൊഴിവർഗസംസ്കാരത്തിന്റെ ശക്തനായ പ്രതിനിധിയായി അയാൾ മാറുന്നു. അദ്ധ്വാനരംഗത്തും കുടുംബജീവിതത്തിലും സ്ത്രീ-പുരുഷ - ബന്ധത്തിലുമെല്ലാം ഒരു ബദൽ സംസ്കാരത്തിന്റെ കേളികൊട്ട് കേരളീയ വായനക്കാരൻ ഈ നോവലിലൂടെ

തിരിച്ചറിഞ്ഞിട്ടുണ്ട്. റൗഡി, ഉലക്ക, തുടങ്ങിയ നോവലുകളിലും ദേവ ഈ അന്വേഷണം വികസിപ്പിക്കുന്നു.

തകഴിയുടെ നോവലുകളെല്ലാം കീഴാള ജനതയുടെയോ മുഖ്യധാരയിൽ നിന്ന് അകറ്റി നിർത്തപ്പെട്ടവരുടെയൊ കഥകളാണ് പറയുന്നത്. 'രണ്ടിടങ്ങഴി', 'തോട്ടിയുടെ മകൻ' എന്നീ നോവലുകളിൽ ആലപ്പുഴയിലെ വളർച്ച മുറ്റിയ ട്രേഡ് യൂനിയൻ സ്വാധീനവും ആവേശവുമുണ്ട്. വർഗസമരങ്ങളുടെ അനുഭവ സുക്ഷ്മങ്ങൾ കണ്ടെടുക്കുകയാണ് തന്റെ നോവലുകളിൽ തകഴി ചെയ്യുന്നത്. എഴുപതുകളിൽ പുറത്തിറങ്ങിയ 'കയർ' രണ്ടരനൂറ്റാണ്ടു കാലത്തെ കേരളത്തിന്റെ വികാസപരിണാമ ചരിത്രം ഉൾക്കൊള്ളുന്നു, 'ചെമ്മീൻ'ൽ തൃക്കുന്നപ്പുഴ കടപ്പുറത്തെ മുക്കുവക്കുടിലുകളുടെ ജീവിതവും വിശ്വാസവും പതിച്ചിട്ടിരിക്കുന്നു. 'തലയോട്', 'ഔസേഫിന്റെ മക്കൾ', 'പുന്നപ്ര- വയലാറിനുശേഷം', 'തെണ്ടിവർഗ്ഗം', 'ജീവിതം സുന്ദരമാണ് പക്ഷേ, 'ചുക്ക്', 'നുരയും പതയും', 'പരമാർത്ഥങ്ങൾ', 'ബലൂൺ' തുടങ്ങിയവയാണ് തകഴിയുടെ പ്രധാന രചനകൾ.

സാമ്പത്തികാസമത്വത്തിനും ചൂഷണത്തിനും എതിരായ പോരാട്ടമായി രചനയെ വികസിപ്പിച്ച എഴുത്തുകരനാണ് വൈക്കം മുഹമ്മദ് ബഷീർ, 'ബാല്യകാലസഖി', 'ശബ്ദങ്ങൾ', 'പാത്തുമ്മയുടെ ആട്' തുടങ്ങിയ രചനകൾ മികച്ച ഉദാഹരണങ്ങളാണ്. മുതലാളിത്തിത്തിന്റെ ജീർണ സംസ്കാരത്തിനെതിരായ ശബ്ദമാണ് 'ഒരു തെരുവിന്റെ കഥ' യിലും' 'ഒരു ദേശത്തിന്റെ കഥയിലും' എസ്.കെ. പൊറ്റെക്കാട് പറയുന്നത്, 'വിഷ കന്യക'യിൽ കുടിയേറ്റ കർഷകർക്കിടയിലെ ജീവിതദുരന്തങ്ങളാണ് പ്രമേയം.

മധ്യവർഗ ജീവിതാന്തരീക്ഷത്തിലേക്ക് നോവൽ പ്രമേയം കൂടുമാറുന്ന ഘട്ടമാണ് പിന്നീട് വന്നത്. ഈ ഘട്ടത്തിലും ശക്തനായ കമ്മ്യൂണിസ്റ്റു കഥാപാത്രത്തെ അവതരിപ്പിക്കാൻ ഉറൂബി(സുന്ദരികളും സുന്ദരന്മാരും)നു സാധിച്ചു. ഒറ്റയ്ക്കൊരു ചെറുത്തുനിൽപ്പു സംഘടിപ്പിക്കുകയും പരിപൂർണ്ണമായും തൊഴിലാളി പക്ഷത്തു നിലയുറപ്പിക്കുകയും ചെയ്ത നോവലിസ്റ്റാണ് ചെറുകാട്. 'മണ്ണിന്റെ മാറിൽ', 'മരണപത്രം', 'മുത്തശ്ശി', 'ശനിദശ', 'ഭൂപ്രഭു', 'ദേവലോകം', 'പ്രമാണി' എന്നിവയാണ് ചെറുകാടിന്റെ പ്രമുഖ നോവലുകൾ, മലബാറിലെ നവോത്ഥാന പ്രസ്ഥാനം, തൊഴിലാളിവർഗ പ്രസ്ഥാനം, അധ്യാപക പ്രസ്ഥാനം എന്നിവയുടെയെല്ലാം രൂപികരണവും വികാസവും 'മുത്തശ്ശി'യിലുണ്ട്. ദേശീയ സ്വാതന്ത്ര്യ സമരവും സാമ്രാജ്യത്വ വിരുദ്ധ പോരാട്ടവും ഫാസിസ്റ്റു വിരുദ്ധ സമരവും ഈ നോവലിൽ പ്രമേയമാകുന്നുണ്ട്.

കുട്ടനാട്ടിലെ കർഷകത്തൊഴിലാളി ജീവിതം. 'സംക്രാന്തി'യിലും ഇടുക്കി ജലവൈദ്യുത പ്രദ്ധതിയുമായി ബന്ധപ്പെട്ട തൊഴിലാളി ജീവിതം 'ഇടുക്കി' യിലും എ.പി. കളയ്കാട് ആവിഷ്കരിക്കുന്നു. കരി

ങ്കൽപ്പാറത്തൊഴിലാളികളുടെ കഥയാണ് ടി.കെ രാമകൃഷ്ണന്റെ 'കല്ലിലെ തീപ്പൊരികൾ'. രണ്ടാം ലോകമഹായുദ്ധകാലത്തെ കേരളീയജീവിതം ഇതിൽ ചിത്രീകരിക്കപ്പെടുന്നു.തൃപ്പൂണിത്തുറയിലെ കരിങ്കൽത്തൊഴിലാളി യൂനിയൻ സെക്രട്ടറിയായിരിക്കെ അറസ്റ്റിലാവുകയും ലോക്കപ്പ് മർദ്ദനത്തിനിരയായി മരണപ്പെടുകയും ചെയ്ത സ.വി. കെ. ദാമോദരന്റെ സ്മരണയ്ക്കാണ് ഈ പുസ്തകം സമർപ്പിച്ചിരിക്കുന്നത്. ഖാലിദിന്റെ 'ഉദയസുര്യനെതിരെ' സി.വി. ബാലകൃഷ്ണന്റെ 'ഉപരോധം', 'തടവറകളിൽ കലാപം', എം. കെ. ഗംഗാധരന്റെ 'കുടവിട്ടവർ കൂട്ടം തെറ്റിയവർ', മനോജിന്റെ 'മിന്നാമിനുങ്ങുകൾ മെഴുകുതിരികൾ', പി.വി.കെ പനായാലിന്റെ 'ഖനിജം' തുടങ്ങിയ നോവലുകൾ വർഗസമര കേന്ദ്രിതങ്ങളാണ്.

ചെറുകാടിന്റെ സമകാലികനായ മലയാറ്റൂർ രാമകൃഷ്ണന്റെ 'വേരുകൾ', 'ദ്വന്ദ്വയുദ്ധം' എന്നീ രചനകളിലെ വർീ പക്ഷപാതം ശ്രദ്ധേയമാണ്. കക്കനാടന്റെ 'ഒറോത', 'ഉഷ്ണമേഖല', മുകുന്ദന്റെ 'മയ്യഴിപ്പുഴയുടെ തീരങ്ങളിൽ', 'ദൽഹി', പുനത്തിൽ കുഞ്ഞബ്ദുള്ളയുടെ 'സ്മാരകശിലകൾ' എന്നീ രചനകളിലെല്ലാം മുതലാളിത്തേതരമായ ഒരു ജീവിത സംസ്കാരത്തിന്റെ പടയൊരുക്കമുണ്ട്.

വൈക്കം മുഹമ്മദ് ബഷീറന്റെ 'ജന്മദിനം', കേശവദേവിന്റെ 'പ്രതിജ്ഞ', തകഴിയുടെ 'അവൻ തിരിച്ചുവരും', ലളിതാംബിക അന്തർജനത്തിന്റെ 'അച്ഛന്റെ മകൻ', കാരൂരിന്റെ 'പൊതിച്ചോറ്' ഡി.എം. പൊറ്റെക്കാടിന്റെ 'രക്തസാക്ഷിക്കല്ലു', 'വെളിച്ചം വരുന്നു' തുടങ്ങിയ കഥകളെല്ലാം ചെറുകഥാസാഹിത്യത്തിൽ ഈ മാറ്റത്തിനു തുടക്കം കുറിച്ചു. കഥകളിൽ ശ്രദ്ധ കേന്ദ്രീകരിച്ച കാരൂരിന്റെ കഥകൾ പ്രായേണ ദാരിദ്ര്യത്തിന്റെ കഥകളാണ്, 'ഏഴകൾ' എഴുതിയ പെൻകുന്നം വർക്കിയുടെ കഥകൾ പ്രതിബന്ധങ്ങളെ ധീരമായി എതിരിടുന്ന സംഘവീര്യത്തിന്റെ കഥാവിഷ്കാരങ്ങളാണ് ചെറുകാടിന്റെ ചെറുകഥകൾ പ്രതിജ്ഞാബദ്ധമായ തൊഴിലാളി വർഗ്ഗരചനകളാണ്. ആധുനികതയുടെ തിരച്ചാർത്തിൽ സ്ഥൂല സാമൂഹികാന്തരീക്ഷത്തിൽ നിന്നകന്ന ചെറുകഥ ഒരു തിരിച്ചുവരവ് നടത്തിയത് സമീപകാലത്താണ്. സി.വി. ശ്രീരാമൻ,. വൈശാഖൻ, എൻ.എസ് മാധവൻ, എൻ പ്രഭാകരൻ, സാറാ ജോസഫ്, അശോകൻ ചരുവിൽ തുടങ്ങിയവർ കഥയുടെ കീഴാളവേരുകൾ സംബന്ധിച്ച നിലപാടുകൾ സ്വീകരിച്ചവരാണ്.

കേരളീയവായനയിൽ ദൈവശാസ്ത്രപരമായ രീതിശാസ്ത്രങ്ങളോടുള്ള പൊരാട്ടം ആരംഭിച്ചത് കഴിഞ്ഞ നൂറ്റാണ്ടിന്റെ അന്ത്യത്തോടെയാണ്. ചന്തുമേനോനും കുമാരനാശാനും ഈ പോരാട്ടത്തിന്റെ സർഗവീര്യം ആവിഷ്കരിച്ചവരാണ്. വായനയുടെ അനുഷ്ഠാനപരത കൈവെടിഞ്ഞ് ശാസ്ത്രീയമായ നവീന ദിശാബോധം പകരം വെക്കാൻ സി.പി. അച്യുതമേനോനും ഏ.ആർ. രാജരാജവർമ്മയും നടത്തിയ ശ്രമങ്ങളും ശ്രദ്ധേയമാണ്. വായനയിലുണ്ടായ ജനാധിപത്യവിപ്ലവത്തി

ന് ഉൾക്കാഴ്ചയാർന്ന നേതൃത്വം നൽകുകയാണ് ഇവർ ചെയ്തത്. ജനാധിപത്യ രാഷ്ട്രീയത്തിന്റെ മൂല്യവ്യവസ്ഥ ഉൾക്കൊള്ളുകയും അതിൽതന്നെ പ്രതിപക്ഷ വ്യാവഹാരിക മണ്ഡലം രൂപപ്പെടുത്തുകയും ചെയ്ത വിമർശകനാണ കേസരി എ.ബാലകൃഷ്ണപിള്ള. പാരീസ് കമ്മ്യൂണിനെത്തുടർന്നുണ്ടായ ഫ്രാൻസിലെ വിജ്ഞാന വിസ്ഫോടനങ്ങളുടെ വെളിച്ചവും സ്വാധീനവും കേസരിയിൽ ശക്തമായിരുന്നു. ജ്ഞാന സിദ്ധാന്തങ്ങളുടെ അന്തർവിദ്യാപരമായ ബന്ധങ്ങളിലൂന്നി വായനയും വിമർശനവും അദ്ദേഹം വിപ്ലവകരമായ പ്രയോഗമാക്കി വളർത്തി.

നോവൽ സജീവധാര

നവോത്ഥാന മൂല്യസങ്കൽപനങ്ങളുടെ സൃഷ്ടിയാണ് നോവൽ 'ആധുനിക ബൂർഷ്വാ സമൂഹത്തിന്റെ ഇതിഹാസ' മെന്ന റാൽഫ് ഫോക്സ് (Novel and the People) പറയും. നവോത്ഥാന പൂർവ്വ കാവ്യങ്ങളിൽ കാണുന്ന 'വ്യക്തി'യുടെ മൂലരൂപം ആധുനികവ്യക്തിയിൽ നിന്ന് അത്യന്തം ഭിന്നമാണ്. അവിടെ വൈയക്തിക സാധ്യതകളുടെ ലോകം അടഞ്ഞതായിരുന്നു. അതു തുറന്നിടുകയാന് നോവൽ ചെയ്യുന്നത്. അതിനു തുണച്ചതാകട്ടെ മുതലാളിത്ത വിപ്ലവവുമാണ്. ജനാധിപത്യം, ജനകീയത, മാനവത തുടങ്ങിയ സങ്കല്പങ്ങൾ ഉപരിഘടനയിൽ കേന്ദ്രസ്ഥാനത്തെത്തി. ഈ നവീന പ്രയോഗ പരിസരവും മൂല്യസങ്കൽപ്പനവുമാണ് നേവലിന് ജന്മം നൽകിയത് ക്ലാസ്സിക്ക് കലാരൂപങ്ങൾ കാത്തുപോന്ന നിഗുഢതകൾ പതുക്കെപതുക്കെ പരിഹരിക്കപ്പെട്ടു. നോവലിന്റെ ഈ സവിശേഷതകൾ,. ഇതര സാഹിത്യരൂപങ്ങളെ അപേക്ഷിച്ച് ആശയരംഗത്തെ വർഗസമരം ഉൾക്കൊള്ളാൻ ഈ സാഹിത്യ രൂപത്തെ പ്രാപ്തമാക്കി.

സമൂഹിക രഷ്ട്രീയ രംഗങ്ങളിലെ വർഗ്ഗ സമരത്തിന്റെ സ്വാധീനത്തിൽ പെട്ടവയാണ് മലയാളത്തിലെ രണ്ടാം ഘട്ട നോവലുകൾ. മലയാളത്തിൽ അധ്വാന വർഗമോ വർഗസമരമോ വർഗ്ഗസമരത്തിന്റെ മൂല്യസംഘർഷമോ പരാമർശ വിഷയമാകാത്ത മുഖ്യധാര, നോവലുകൾ ഉണ്ടായിട്ടില്ല. ഇതിനു പ്രധാന കാരണം 'ചുവന്ന മുപ്പതു'കളോടെ രൂപം കൊണ്ടു തുടങ്ങിയ കേരളീയ പൊതു ബോധത്തിലെ പ്രതിവ്യാവഹാരങ്ങളാണ്. സമാനമായ അനുഭവം ഇംഗ്ലീഷ് സഹിത്യത്തിലും രേഖപ്പെട്ടിട്ടുണ്ട്. ഇംഗ്ലീഷ് സാഹിത്യത്തിൽ ഈ ശതകത്തിലെ ഏറ്റവും പ്രധാന സാംസ്കാരികമുന്നേറ്റമുണ്ടായത അമ്പതുകളിലെയും അറുപതുകളിലെയും അധ്വാനവർഗ സംസ്കാര സ്ഫോടനത്തിലൂടെയായിരുന്നുവെന്ന് മേരി ഈഗിൾടനും ഡോവിഡ് പിയേഴ്സും ഒരു പഠന (Attitudes to class in the English) ത്തിൽ വിശദീകരിക്കുന്നു. പതിനാറാം ശതകം തൊട്ടുള്ള ഉൽപാദന ശക്തികളുടെ വളർച്ച റോബിൻസൺ ക്രൂസോയിൽ കാണാം. ബൽസാക്കും റിച്ചാർഡ്സണും അധ്വാനവർഗ്ഗ ജീവിതം ആവിഷ്കരിച്ചു. ജനങ്ങളുടെ ദുരിതങ്ങളുംകീ

ഴ്പ്പെടലുകളും അവരെ എങ്ങനെ വിപ്ലവോന്മുഖരാക്കുന്നുവെന്ന് ലിയോ ടോൾസ്റ്റോയിയും ഡോസ്റ്റോവിസ്കിയും റഷ്യൻ സമൂഹത്തിന്റെ പുനർ നിർമ്മാണത്തിലൂടെ വെളിപ്പെടുത്തി. മാക്സിംഗോർക്കിയുടെ 'അമ്മ' വർഗനോവലുകൾക്ക് മാതൃകയായി. സാഹിത്യാവബോധത്തിൽ കടന്നുകറിയ ഈ ഭിന്നവായനകൾ സാഹിത്സ്വരൂപമാർന്നതും പുരോഗമനത്മകമായ ഒരു സാംസ്കാരിക ഇടപെടലായതും ഈ ശതകത്തിലാണ്. വ്യവസ്ഥാപക്ഷ രചനകളിൽ ഒളിഞ്ഞു നിന്ന കീഴാളർ നവീന വായനയിൽ പുറത്തുചാടുന്നു. സ്വത്വനിരാസത്തിന്റെ അബോധ മുദ്രകളായി പല രചനകളിലും അധ്വാനവർഗ്ഗ സാന്നിധ്യമുണ്ട്. ഇവ ആധിപത്യ പ്രതിയശാസ്ത്രത്തിന്റെ സ്വഭാവം ഉൽപാദന ബന്ധങ്ങളിൽ വരുന്ന മാറ്റം,. വർഗസമരനില തുടങ്ങിയ സൂക്ഷ്മ നേരുകളെ കണ്ടെത്തിയുള്ള ആവിഷ്കാരമായി മാറിയപ്പോഴാണ് തൊഴിലാളിവർഗ നോവലുകൾ പിറവിയെടുത്തത്.

ചെറുകാടും തകഴിയും

തൊഴിലാളിപക്ഷ നോവലുകളിൽ തന്നെ വർഗ നിലപാടുകൾ സ്വാംശീകരിച്ചതിന്റെ രീതിഭേദം അവയെ വ്യത്യസ്തതട്ടകളിലാക്കുന്നു. സൂക്ഷ്മവായനയിൽ തെളിയുന്ന ഈ വ്യത്യസ്തത അടയാളപ്പെടുത്താനാണിവിടെ ശ്രമിക്കുന്നത്. ഏറെക്കുറെ ഒരേ പ്രമേയസാഹചര്യത്തിൽ പ്രസക്തമാകുന്ന രണ്ടു നോവലുകളാണ്. തകഴിയുടെ 'രണ്ടിടങ്ങഴി' യും ചെറുകാടിന്റെ 'മണ്ണിന്റെ മാറി'ലും ജന്മി-കുടിയാൻ വൈരുധ്യം ഏറ്റവും മൂർച്ഛിച്ച ചരിത്രഘട്ടത്തിലാണ് പരാമൃഷ്ട നോവലുകൾ രചിക്കപ്പെടുന്നത്. കർഷകത്തൊഴിലാളികൾ സംഘടിതരും സമരോന്മുഖരുമായ നാൽപതുകൾ ഇരുവർക്കും പശ്ചാത്തലമാകുന്നു. കേരളത്തിന്റെ നെല്ലറകളായ കുട്ടനാട്ടിലും വള്ളുവനാട്ടിലുമാണ് ഇവയുടെ പ്രമേയങ്ങൾ വികസിക്കുന്നത്. കാർഷിക ജീവിതാവസ്ഥയും മൂല്യ ബോധവും അതിനനുയോജ്യമായ കാർഷിക പദാവലികളും ഇരു നോവലുകളിലും നിറഞ്ഞു നിൽക്കുന്നു. ഇരുവർക്കും ഊർജ്ജ സ്രോതസ്സായത്. ഒരേ പ്രത്യയശാസ്ത്രവുമാണ്,. എന്നാൽ ഈ പ്രത്യയശാസ്ത്രം ചെറുകാടിലും തകഴിയിലും പ്രവർത്തിച്ച രീതിയുടെ സൂക്ഷ്മ വ്യതിരിക്തത ഈ നോവലുകളെ മൗലികമായി വ്യത്യാസപ്പെടുത്തുന്നു. മധ്യവർഗ്ഗത്തിൽ പിറന്ന നോവലിസ്റ്റുകളിൽ ഒരാൾക്ക് തൊഴിലാളിവർഗബോധം ആശയവും അപരന് ജീവിതവും ആയതെങ്ങനെയെന്ന് ഗൗരവപൂർവ്വമായ വായനയിൽ വെളിപ്പെടുന്നു. നോവലുകൾ തുടങ്ങുന്നതിങ്ങനെയാണ്.:

''വടക്ക് പന്നിക്കോടൻ മല, കിഴക്ക് തൊപ്പിക്കുന്ന്, തെക്ക് തീണ്ടാത്തോട്, പടിഞ്ഞാറ് നെടുങ്ങൻകുന്ന് ഇങ്ങനെ നാലതിരോടുകൂടി പരന്നു കിടക്കുന്ന നാലുനാഴിക സമചതുരത്തിലുള്ള വടക്കുമ്പാട് മുഴുവൻ നായരു വീട്ടുകാർ വെട്ടിപ്പിടിച്ചതാണ്.'' (മണ്ണിന്റെ മാറിൽ)

'എട്ടിൽ തറയിൽ അന്നും പെണ്ണുകാണാൻ ആൾ വന്നിട്ടുണ്ട്. ആ മാസത്തിൽ അതു നാലാമത്തെ ആളാണ്. ഇപ്പോൾ വന്നിരിക്കുന്നത് നീലമ്പേരൂർക്കാരനാണത്രെ' (രണ്ടിടങ്ങഴി)

ചെറുകാടിന്റെ മണ്ണിനെക്കുറിച്ചും തകഴി ചിരുതയെക്കുറിച്ചും വിവരിച്ചുകൊണ്ടാണ് രചനയാരംഭിക്കുന്നത് എന്നതാണ് പ്രധാന വ്യത്യാസം. ഇവിടെയിത് തുടക്കത്തിന്റെ മാത്രം പ്രത്യേകതയല്ല. ചെറുകാട് മണ്ണിനെയും തകഴി പെണ്ണി (ചിരുത)നെയും കേന്ദ്രമാക്കിയാണ് കഥ പറയുന്നത്. മണ്ണിന്റെ മാറിലും സ്ത്രീകഥാപാത്രങ്ങളുണ്ട്. കുടുംബങ്ങളുണ്ട്. കുടുംബങ്ങളാകട്ടെ ബഹുഭർത്തൃത്വം നിലനിന്ന സമുദായത്തിലേതും. കമ്പോള നോവലുകൾക്ക് ജനപ്രിയകഥകൾ മെനഞ്ഞെടുക്കാൻ ഏറെ അവസരങ്ങൾ നൽക്കുന്നു ഇത്തരമൊരു അന്തരീക്ഷം, പക്ഷേ, ചെറുകാട് അനുകരണീയമാം വിധം നോവലിന്റെ രണ്ടാം ഘടനയിലേയ്ക്ക് ഒതുക്കുന്നു. സ്ത്രീ-ഭർത്താവ്- കാമുകൻ ത്രീകോണവും സമാന്തരവുമായി മണ്ണ്-ജന്മി-കുടിയാൻ ത്രീകോണവും ഇരുനോവലുകളിലും അവതീർണ്ണമാകുന്നുണ്ട്. 'മണ്ണിന്റെ മാറിൽ' മണ്ണ് കേന്ദ്രീകരിച്ച ത്രികേണം ഒന്നാം ഘടനയായി നിൽക്കുമ്പോൾ 'രണ്ടിടങ്ങഴി' യിൽ സ്ത്രീകേന്ദ്രിതഘടന ഒന്നാം സ്ഥാനത്തു നിൽക്കുന്നു.

മടുപ്പിക്കും വിധം മണ്ണിന്റെ പരിണാമ ചരിത്രം വിവരിക്കുകയാണ് നോവലിസ്റ്റ ചെയ്യുന്നതെങ്കിൽ അതിനേക്കാൾ അഭികാമ്യം സ്ത്രീ കേന്ദ്രീകൃത ത്രികോണത്തിന്റെ കഥയിൽ അത് ഉൾച്ചേർക്കുകയാണ്. ചെറുകാടിന്റെ മണ്ണ് സചേതന കഥാപാത്രമായി വളരുന്നു. വ്യക്ത്യനുഭവങ്ങൾ വർണ്ണിക്കുമ്പോൾ പോലും മണ്ണുമായി ബന്ധപ്പെട്ട വിശേഷണങ്ങൾ കടന്നുവരുന്നു (ഉദാ: അന്നത്തിന്റെ തുമ്പത്താ കാമത്തിന്റെ വിത്ത്ട്ടോ). മണ്ണുമായി രക്തബന്ധമുള്ള വർഗവിചാരങ്ങൾ ചെറുകാടിൽ ഒഴുകുന്നു.

'രണ്ടിടങ്ങഴി' ആരംഭിക്കുന്നത് നാടകീയമായാണ്. എട്ടിൽ തറയിൽ അന്നും പെണ്ണുകാണാൻ ആൾ വന്നിട്ടുണ്ട്. എന്നു തുടക്കം നോക്കുക. ആളുകൾ പ്രവഹിക്കും വിധം അഴകാർന്ന, ഗുണവതിയായ ചിരുത രംഗത്തെത്തുകയാണ്. ചെറുകാടാവട്ടെ വളച്ചുകെട്ട് അൽപം പോലുമില്ലാതെ സാധാരണക്കാരനായി കഥ പറയുകയാണ്. താൻ നിൽക്കുന്ന മണ്ണിന്റെ അതിരുകൾ അദ്ദേഹം ചൂണ്ടിക്കാട്ടുന്നു. തകഴി സ്ത്രീയുടെ അതിരുകളും. ഈ വ്യത്യാസം ഇരുവരുടെയും ജീവിതവീക്ഷണത്തിന്റെ ആഴത്തിലുള്ള അടരുകൾ വേർപെടുത്തികാണിക്കുന്നു. മധ്യവർഗ്ഗ മനസ്സ് തകഴിയിൽ മേൽക്കൈ നേടിയെങ്കിൽ ചെറുകാട് താൻ കൈക്കൊണ്ട പ്രത്യയശാസ്ത്രത്തിന് യോജിച്ച വിധം തൊഴിലാളി വർഗത്തിന്റെ ബോധഘടനയിലേക്ക് ആന്തരികമായി വികസിച്ചിരിക്കുന്നു. 'തല നരച്ച്, കവിളൊട്ടി. കണ്ണ് കുണ്ടിൽ പോയി നിൽക്കുന്ന കാളിയിൽ ആ പുഞ്ചിരിയിൽ, പ്രാർത്ഥനയിൽ കൊണ്ടേരനൊരു രതീദേവിയെകണ്ടു. (മണ്ണിന്റെ മാറിൽ) എന്നെഴുതുമ്പോൾ ഈ മാറ്റം ശ്രദ്ധേയമാം വിധം

എഴുന്നുനിൽക്കുന്നു. രണ്ടിടങ്ങഴിയിലാകട്ടെ' ഈ നെറ്റില് ഒരു പൊട്ടുമിട്ട് നല്ല തുണിയുമുടുത്ത്, പട്ടുകൊണ്ടുള്ള ഒരു ചട്ടേമിടീച്ച്, ഏൻ പെണ്ണിനെ ഒന്ന് ഒരുങ്ങിക്കണ്ടെങ്കില്' എന്ന് കോരന്റെയല്ല തകഴിയുടെ ജീവിതവീക്ഷണമാണ് പുറത്തുവരുന്നത്.

മണ്ണ് കൈവശപ്പെടുത്തിയ ജന്മിയും മണ്ണിന്റെ മകനായ കർഷക ത്തൊഴിലാളിയും തമ്മിലുള്ള നിരന്തരസമരത്തെ ജ്വലിപ്പിച്ചു നിർത്തും വിധം കൊമ്പൻ കൊണ്ടേരൻ മുതൽ കൊച്ചുകൊണ്ടേരൻ വരെയുള്ളവരുടെ പ്രണയവും കുടുംബജീവിതവും ചെറുകാട് വരച്ചിടുന്നു. എന്നാൽ 'രണ്ടിടങ്ങഴി' യിലെ പ്രധാന ധാര ചിരുത-കോരൻ - ചാത്തൻ ബന്ധങ്ങളിലെ വേലിയേറ്റങ്ങളും ഇറക്കങ്ങളുമാണ്. ഈ പ്രമേയത്തെ തിളക്കമുറ്റതാക്കാനുള്ള പശ്ചാത്തലമായിപ്പോകുന്നു. 'ഇടങ്ങഴികളു'ടെ കഥ.

'രണ്ടിടങ്ങഴി' യിൽ വ്യക്തികളുടെ ലോകം കൂറേക്കൂടി വിശാലമാണ്. കാർഷിക കാലാവസ്ഥയിലെ കുടിയാനിലുള്ള ഇടുങ്ങിയ വ്യക്തിയല്ല. 'രണ്ടിടങ്ങഴി' യിലുള്ളത്. 'ഈ പാറേരും പോലേരുമില്ലെങ്കിൽ എങ്ങനാ പുഞ്ചക്കണ്ടം കൃഷി നടക്കുന്നെ?' എന്ന് ചോദിക്കാനും 'ഈ തമ്പ്രാക്കന്മാരു താമസിക്കുന്നു കാണായ പറമ്പെല്ലാം പറേനാ വെള്ളത്തീന്നു കുത്തിപ്പൊക്കിയതെ'ന്നറിയാനും വളർച്ച നേടിയ കഥാപാത്രങ്ങളാണ് രണ്ടിടങ്ങഴിയിലുള്ളത്. അതുകൊണ്ടാവാം. ഫ്യൂഡൽ ജീവിതത്തിന്റെ പിരിമുറിക്കം. രണ്ടിടങ്ങഴിയിലുള്ളതിനേക്കാൾ 'മണ്ണിന്റെ മാറിൽ' നാം അനുഭവിക്കുന്നത്. വളരുന്ന വ്യക്തിയിലെ ആന്തരിക സംഘർഷങ്ങളുടെ പരിമുറുക്കങ്ങളാണ് ഫ്യൂഡൽ വൈരുധ്യങ്ങളെക്കാൾ 'രണ്ടിടങ്ങഴി' യിൽ തുടിച്ചുനിൽക്കുന്നത്.

തൊഴിലാളിപക്ഷ രചനകളും തൊഴിലാളിവർഗ രചനകളും തമ്മിലുള്ള വ്യത്യാസം രേഖപ്പെടുത്താനാണ് മുകളിലുള്ള ഭാഗത്തു ശ്രമിച്ചിട്ടുള്ളത്. തകഴിയും ചെറുകാടും പൊതുവിൽ തൊഴിലാളിപക്ഷ എഴുത്തുകാരാണെങ്കിലും ചെറുകാട് സൂഷ്മാർത്ഥത്തിൽ തൊഴിലാളി വർഗ്ഗ എഴുത്തുകാരനാവുന്നതെങ്ങനെ എന്നാണ് നിരീക്ഷിച്ചത്.

കേരളീയ പൊതുബോധത്തിലും അതോടൊപ്പം കലയിലും സാഹിത്യത്തിലും രൂപപ്പെട്ട വിപ്ലവകരമായ മാറ്റങ്ങൾ ഈ നൂറ്റാണ്ടിന്റെ രണ്ടാം പാതിയിലുണ്ടായ ചില രാഷ്ട്രീയ പരിണതികൾക്ക് വിധേയമായി പ്രതിസന്ധികളെ നേരിട്ടു, ഇവയിൽ മിക്കതും തൊഴിലാളി വർഗ്ഗ ജാഗരണത്തെ ചെറുക്കാനുണ്ടായ ബോധപൂർവ്വമായ സാമ്രാജ്യത്വ ഇടപെടലുകളായിരുന്നു താനും. അവ ഇങ്ങനെ സംഗ്രഹിക്കാം.

1. 1950 കളിൽ വിമോചനപ്പോരാട്ടങ്ങൾക്കും സോഷ്യലിസ്റ്റാശയങ്ങൾക്കും എതിരായ പ്രചാരണം ആഗോളാടിസ്ഥാനത്തിൽ ശക്തിയാർജ്ജിച്ചു. അമേരിക്കൻ ഏജൻസികളും ഫൗണ്ടേഷനുകളും ഇതിനായി രംഗത്തെത്തി. അവയുടെ പ്രസിദ്ധീകരണങ്ങളും സെമിനാറുകളും വർദ്ധിച്ച അളവിൽ കൊളോണിയൻ

താല്പര്യങ്ങളും അരാജക ആശയങ്ങളും വിതരണം ചെയ്തു. 1955 ൽ മിലാനിൽ രൂപം കൊണ്ട Congress for Cultural Freedom എന്ന സംഘടനയുടെ പ്രവർത്തനം ഇതിന് ഉദാഹരണമാണ്. സാംസ്കാരിക സ്വാതന്ത്ര്യം സംരക്ഷിക്കാനും വിമോചനപ്പൊരാട്ടം നടക്കുന്ന രാജ്യങ്ങളിൽ 'സമാധാനപൂർണ്ണമായ' ജീവിതം ഉറപ്പുവരുത്താനും അമേരിക്ക മനശ്ശാസ്ത്ര യുദ്ധ (psychological War) മെന്നും ശീതയുദ്ധ (cold war) മെന്നും അറിയപ്പെടുന്ന ആശയയുദ്ധം ആരംഭിച്ചു. ഇതിനായി പ്രസിദ്ധീകരണങ്ങളും റേഡിയോ പ്രക്ഷേപണകേന്ദ്രങ്ങളും ആരംഭിച്ചു. ഇതിന്റെ പ്രധാന പ്രവർത്തന ലക്ഷ്യങ്ങളിൽ ഒന്നു കേരളമായിരുന്നു.

2. സി. ഐ.എ യുടെ മുൻകയ്യോടെ സോഷ്യലിസറ്റ് വിരുദ്ധ ആശയങ്ങൾ പ്രചരിപ്പിച്ചിരുന്ന Encounter പോലുള്ള പ്രസിദ്ധീകരണങ്ങളും 'God that Failed' പോലുള്ള പുസ്തകങ്ങളും കേരളത്തിൽ പ്രത്യേക രാഷ്ട്രീയോദ്ദേശത്തോടെ പ്രചാരം നേടി.

3. തെരഞ്ഞെടുപ്പിലൂടെ അധികാരത്തിൽ വന്ന കേരളത്തിലെ ആദ്യ (കമ്യൂണിസ്റ്റ്) സർക്കാറിനെതിരെ ജാതി മത വർഗ്ഗീയശക്തികളും കേന്ദ്ര ഭരണകക്ഷിയും ഒത്തു ചേർന്നു സമരം നയിച്ചു. സമരത്തിന് വിദേശത്തു നിന്ന് സാമ്പത്തിക സഹായം ലഭിച്ചു.

4. ഇന്ത്യാ -ചൈനാ യുദ്ധം. കമ്മ്യൂണിസ്റ്റ് പാർട്ടിയിലെ ഭിന്നിപ്പുകൾ, യുദ്ധത്തോടുള്ള കമ്മ്യൂണിസ്റ്റ് പാർട്ടിയുടെ സമീപനം എന്നിവ മുഖ്യധാരയിൽ നിന്ന് അവരെ വേർതരിച്ചു നിർത്താനിടയാക്കി, 1964ലും 68 ലുമുണ്ടായ ഭിന്നിപ്പുകളും കമ്മ്യൂണിസ്റ്റുപാർട്ടികളുടെ അടിത്തറയായ തൊഴിലാളികളിൽ അസ്വസ്ഥതയുളവാക്കി.

5. സോവിയറ്റ് യൂനിയനിലും കിഴക്കൻ യുറോപ്പിലും ശീതയുദ്ധത്തിന് ലഭിച്ച വിജയം. സോവിയറ്റ് യൂനിയൻ ശിഥിലമായി. സോഷ്യലിസ്റ്റ് രാഷ്ട്രങ്ങൾ തകർച്ചയെ നേരിട്ടു. കമ്മ്യൂണിസ്റ്റുപാർട്ടികൾ പലതും പേരും കൊടിയും മാറ്റാനിടയായി.

6. ഉദാര ജനാധിപത്യത്തിന്റെയും തുറന്ന വിപണിയുടെയും വൻതോതിലുള്ള സ്വാധീനം.

7. ആഗോള വൽക്കരണത്തിന്റെയും പുത്തൻ സാമ്പത്തിക നയത്തിന്റെയും കെടുതികൾ.

അനുകൂലവും പ്രതികൂലവുമായ രാഷട്രീയ സാഹചര്യങ്ങൾ ഈ നൂറ്റാണ്ടിന്റെ പൂർവ്വോത്തരപാതികളിലായി തൊഴിലാളിവർഗ മുന്നേറ്റത്തിന്റെയും വർഗസാഹിത്യത്തിന്റെയും ദിശ നിർണയിച്ചിട്ടുണ്ട്. ഇവയുടെ സൂഷ്മാന്വേഷണം. ഈ ലേഖനത്തിൽ ഉദ്ദേശിക്കുന്നില്ല, മലയാളത്തിലെ തൊഴിലാളി മുന്നേറ്റവും തൊഴിലാളി സാഹിത്യവും കേരളീയ പൊതുബോധത്തിലുണർത്തിയ സ്വാധീനം അവലോകനം ചെയ്യാൻ മാത്രമാണ് ഇവിടെ ശ്രമിച്ചത്.